देवभूमी उत्तराखंड

दिलीपराज प्रकाशन प्रा. लि.™

२५१ क, शनिवार पेठ, पुणे - ४११०३०.

दिलीपराज प्रकाशनाची सर्व पुस्तके आता आपण Online खरेदी करू शकता.
आमच्या Website ला कृपया एकदा अवश्य भेट द्या अथवा Email करा.

Email - diliprajprakashan@yahoo.in

www.diliprajprakashan.in

आपला
भारत१०

देवभूमी उत्तराखंड

राजा मंगळवेढेकर

दिलीपराज प्रकाशन प्रा.लि. ™

२५१ क, शनिवार पेठ, पुणे - ४११०३०.

देवभूमी उत्तराखंड
Devbhumi Uttarakhand

लेखक : राजा मंगळवेढेकर

ISBN : 978 - 93 - 5117 - 001 - 3

प्रकाशक । राजीव दत्तात्रय बर्वे । मॅनेजिंग डायरेक्टर ।
दिलीपराज प्रकाशन प्रा. लि.। २५१ क, शनिवार पेठ, पुणे ४११०३०.
दूरध्वनी क्रमांक (फॅक्ससहित)
२४४७१७२३ । २४४८३९९५ । २४४९५३१४

मुद्रक । रेप्रो इंडिया लिमिटेड, मुंबई

सुधारित आधुनिक आवृत्ती । १५ जून २०१५
(मे २०१५ पर्यंतच्या माहितीसह)

प्रकाशन क्रमांक । २१६०

अक्षरजुळणी । सौ. मधुमिता राजीव बर्वे
पितृछाया मुद्रणालय । ९०९, रविवार पेठ । पुणे ४११००२.

मुद्रितशोधन । सुभाष फडके

मुखपृष्ठ । सागर नेने

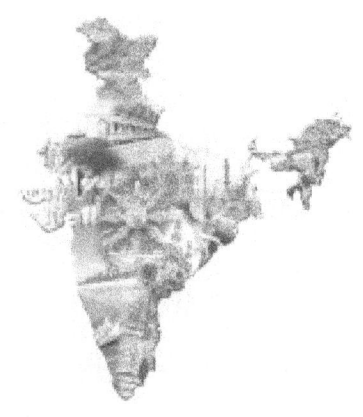

भिन्नतेत या अभिन्न...

भिन्नतेत या अभिन्न आज गाऊ आरती

लक्ष हस्त, लक्ष पाद, हृदय एक भारती

भिन्न वेष, भिन्न भाष, भिन्न धर्मरीती

भिन्न जात, भिन्न पंथ, तरीही एक संस्कृती ।।१।।

भिन्न रंग, भिन्न ढंग, भिन्न भाव-आकृती

भिन्न छंद, भिन्न बंध, आगळी कलाकृती ।

भिन्न वाणी, भिन्न गाणी, अर्थ एक वाहती

भिन्न शौर्य, भिन्न धैर्य, घोष एक गर्जती ।।२।।

भिन्न भवन, भिन्न हवन, भिन्न क्षेत्र मानिती

लहर लहर भिन्न तरी, एक गगन-माती ।

भिन्न तार, ताल तरी, एक मधुर झंकृती

कमलपुष्प हासते पाकळ्यांतुनी किती ।।३।।

राजा मंगळवेढेकर

अनुक्रमणिका

१. नवीन राज्य उत्तराखंड

नव्या राज्याची निर्मिती ही एक दीर्घ अशी लोकशाही प्रक्रिया आहे. केंद्र सरकार हा निर्णय घेण्याची पूर्वतयारी म्हणून एक आयोग नेमून त्याला या विषयासंबंधी अभ्यास करून अहवाल सादर करण्यास सांगू शकते. या आयोगाने नवीन राज्याच्या सीमा, शेजारी राज्यांबरोबरील पाणी वाटप, राजधानी उच्च न्यायालयाची स्थापना तसेच राज्य निर्मितीसाठी

आवश्यक असणाऱ्या अन्य बाबींचा विचार करावयाचा असतो. आयोगाच्या अहवालानंतर लोकसभेत किंवा राज्यसभेत राष्ट्रपतींच्या शिफारशीनुसार संबंधित बदल करण्यासाठीचे बिल प्रस्तुत करावे लागते. त्यानंतर हे बिल संबंधित राज्याच्या विधानसभेकडे त्यांनी निर्धारित समयात त्यांचा अभिप्राय, विचारविमर्श आणि अनुसंमती केंद्राला कळवावी यासाठी पाठविले जाते. (ज्या राज्यात विधानसभा व विधानपरिषद ही दोन्ही सदने असतील, त्या राज्यात या दोन्ही सदनात ही प्रक्रिया करणे आवश्यक असते.) त्या राज्याच्या विधानसभेने निर्धारित समयाच्या आत सर्वानुमतीने त्यासंबंधीचा ठराव पास करून तो केंद्राकडे पाठवावा लागतो. राष्ट्रपतींवर राज्यातून पास झालेला ठराव बंधनकारक नसतो. राज्याने त्या विरुद्ध ठराव केला किंवा निर्धारित समयमर्यादेत कोणताही ठराव केला नाही, तरीही राष्ट्रपतींना नवीन राज्य निर्मिती करण्याचा किंवा न करण्याचा अधिकार असतो. तरीही केंद्र सरकारच्या निर्णयाच्या बाजूने जनमत वळविण्याची राजकीय आवश्यकता, तसेच लोकांच्या इच्छा व आकांक्षा लक्षात घेतल्या जातात. नवीन राज्य निर्मितीसाठी राज्य सरकारने त्यांच्या विधानसभेत पास केलेल्या बिलाला लोकसभा व राज्यसभा यांच्याकडून अनुसंमती असल्याचे स्वतंत्र बिल प्रस्तुत केले जाते व ते दोन्ही गृहात बहुमताने पास झाल्यावर नवीन राज्याची स्थापना होते.

उत्तराखंड या राज्याची स्थापना ९ नोव्हेंबर २०००रोजी भारतीय गणराज्यातील २७वे राज्य म्हणून झाली. पूर्वीच्या उत्तर प्रदेशातील वायव्य दिशेतील हिमालयाला लागून असलेले जिल्हे या राज्यात समाविष्ट केलेले आहेत. याच्या पूर्वेला नेपाळमधील महाकालीप्रदेश आहे, तर दक्षिणेला उत्तर प्रदेश हे राज्य आहे. हिमाचल प्रदेश हे राज्य त्याच्या वायव्येला असून तिबेट ऑटोनॉमस रीजन त्याच्या उत्तरेस आहे. पश्चिम दिशेला हरियाना व पंजाब ही राज्ये येतात.

उत्तराखंड हे नाव उत्तर व खंड या दोन संस्कृत शब्दांचे मिळून बनलेले आहे. हिंदू धर्मग्रंथांमध्ये या राज्याचा प्रथम उल्लेख केदारखंड (म्हणजे हल्लीचे गढवाल) व मानसखंड (म्हणजे हल्लीचे कुमाउँ) अशा दोन विभागांना एकत्रित करून होणारा प्रदेश असा केलेला सापडतो. हिमालयाच्या मध्य भागाला उत्तराखंड हा शब्द पुरातन कालात वापरलेला

आहे. हिमालयाचे नैसर्गिक सौंदर्य, शिवलिक पर्वताच्या पायथ्याशी असणारे भाबर म्हणजे गाळाचे आणि तराई म्हणजे गवताळ प्रदेशाचे पट्टे या तीन गोष्टींसाठी हा प्रांत सुप्रसिद्ध आहे.

उत्तराखंड राज्याला देवभूमी असे म्हणतात, कारण या प्रदेशात सगळीकडे हिंदू देवीदेवतांची मंदिरे व तीर्थक्षेत्रे अधिक प्रमाणात आहेत. हिंदू धर्मात अत्यंत पावन मानलेल्या नद्या म्हणजे गंगा व यमुना यांचा उगम याच राज्यात गंगोत्री जमनोत्री येथे होतो. केदारनाथ हे ज्योतिर्लिंग व बद्रीनाथ हे विष्णूचे पवित्र धाम पण याच राज्यात आहेत. या छोट्या चारधाम यात्रेचे श्रद्धाळूंमध्ये फार महत्त्व आहे. या राज्याची राजधानी देहरादून आहे, तर उच्च न्यायालय नैनिताल येथे आहे. देहरादून हे उत्तर रेल्वेचे अंतिम स्थानकपण आहे.

उत्तराखंडाच्या एकंदर क्षेत्रफळापैकी ९३ टक्के डोंगराळ प्रदेश आहे व ६५ टक्के प्रदेशात जंगले आहेत. राज्याच्या उत्तरेकडे हिमालयातील उंच उंच शिखरे व हिमनद्या आहेत तर पर्वतांच्या पायथ्याशी घनदाट जंगले आहेत. ब्रिटिश काळापासून इंग्रज व्यापाऱ्यांकरवी व स्वातंत्र्यानंतर देशी कंत्राटदारांकरवी जंगलातील उत्तम प्रतीच्या लाकडासाठी झाडे तोडण्याची प्रक्रिया अव्याहतपणे चालू होती. हल्ली हल्ली जंगलांच्या नाशाबरोबर पर्यावरणाचाही नाश होतो या विषयीची जागृती पाहण्यास मिळते आहे. त्याचा परिणाम म्हणून काही प्रमाणात झाडांची पुन: लागवड करण्याचे प्रयत्न दिसू लागले आहेत. हिमालयाच्या अनुकूल अशा नैसर्गिक परिस्थितीमध्ये वाघ, चित्ते, भरल असे अनेक प्राणी तेथे वास्तव्य करून राहतात आणि अनेकविध प्रकारची झाडे व दुर्मिळ वनस्पती तेथेच मिळू शकतात. जंगलतोडीमुळे हा प्राकृतिक समतोल कुठेतरी बिघडतो, परंतु तसा तो न बिघडावा यासाठी हरप्रयत्न करण्यात येत आहेत.

उत्तराखंडात विविध वनस्पती व प्राणी यांची निसर्गाने नुसती उधळण केली आहे. या राज्याचे ६० ते ६५ टक्के क्षेत्रफळ जंगलाने व्याप्त आहे. येथील अनेक दुर्मिळ वनस्पती व प्राणी यांचे संरक्षण करण्यासाठी मोठ्या संख्येने राष्ट्रीय उद्याने व अभयारण्ये प्रस्थापित केलेली आहेत. नैनिताल जिल्ह्यातील रामनगर येथे जिम कॉर्बेट राष्ट्रीय उद्यान छमोली जिल्ह्यातील नंदादेवी नॅशनल पार्क व व्हॅली ऑफ फ्लॉवर्स

व्हॅली ऑफ फ्लॉवर्स

नॅशनल पार्क ही ठिकाणी युनेस्कोतर्फे विश्‍व वारसा स्थाने म्हणून घोषित केलेली आहेत. हरिद्वार जिल्ह्यातील राजाजी नॅशनल पार्क, उत्तरकाशी जिल्ह्यातील गोविंद पशु विहार नॅशनल पार्क आणि अभयारण्य आणि गंगोत्री नॅशनल पार्क ही या राज्यातील अन्य संरक्षित अरण्ये आहेत.

डोंगराळ प्रदेशात चित्ते मोठ्या संख्येने आढळतात परंतु ते कधी कधी सखल प्रदेशातील जंगलातसुद्धा प्रवेश करण्यास धजावतात. मांजराच्या जातीची अन्य लहान श्‍वापदे या प्रदेशात असतात. चार प्रकारची हरणे (सांबर, चितळ, भेकरा आणि सूकर), अस्वल, काळवीट, मुंगूस, उदमांजरे, पाणमांजरे, भरल, लंगूर, वानर वगैरे प्राणी या अरण्यात राहतात. उन्हाळ्याच्या दिवसात हत्तींचे कळप दृष्टीस पडतात. घडियाल आणि मगरींसारखे सरपटणारे प्राणी पाणथळ जागी असतात. सुरक्षित जागी त्यांच्या प्रजननाचे विशेष उपक्रम चालू करून आणि त्यातून पैदास झालेल्या पिल्लांना रामगंगा नदीत परत सोडून स्थानिक मगरीची जात निर्वंश होण्यापासून वाचविण्यात आली आहे. इकडच्या नद्यांमध्ये कासवाच्या अनेक जाती आढळतात. त्या व्यतिरिक्त विविधरंगी फुलपाखरे व पक्षी (सुतारपक्षी, पोपट, कोकीळ, सातभाई वगैरे)सुद्धा येथे निर्भयपणे वास्तव्य करतात. झाडे किंवा वृक्षांच्या अनेक जाती येथे आहेत. उदा. ओक, ऱ्होडोडेंड्रॉन (बुरन किंवा गुरन), कोनीफर, साल, अकेशिया, बाभळीच्या

अनेक जाती वगैरे. भारताची वैशिष्ट्यपूर्ण चिन्हे म्हणून ओळखली जाणारे प्राणी (कस्तुरीमृग), पक्षी (मोनल), फुले (ब्रह्मकमळ) व झाडे (बुरन) याच प्रदेशातून येतात.

प्रोफेसर काका यांनी दहा वर्षे संशोधन करून व्हॅली ऑफ फ्लॉवर्समधील ५२० निरनिराळ्या वनस्पतींचा अभ्यास केला, ज्यांच्यातील ४९८ फुले देणाऱ्या वनस्पती आहेत. या नॅशनल पार्क्समध्ये अनेक औषधी वनस्पतीपण सापडतात.

गंगा व यमुना दोन्ही नद्यांची उगमस्थाने उत्तराखंडातच आहेत व त्यांचा जीवनस्रोत म्हणजे हिमनद्यांच्या वितळणाऱ्या शुद्ध पाण्याची धारा, उंचावरील तलाव व झरे होत. उत्तराखंडातील हवामान व वनश्री पुष्कळशी त्या त्या स्थानाच्या समुद्रसपाटीपासूनच्या उंचीवर अवलंबून असते. सर्वाधिक म्हणजे १६००० फुटांपेक्षाही अधिक उंचीवर नंदादेवीसारखी हिमशिखरे आहेत, जेथे बारा महिने बर्फ असते. तेथे फक्त खडकाळ जमीन असते आणि काहीही

नंदादेवी

सूचीपर्णी वृक्ष

उगवत नाही. त्याच्या थोडे खाली म्हणजे दहा ते पंधरा हजार फूट उंचीच्या प्रदेशात पश्चिम हिमालयन अल्पाइन प्रकारची वनश्री म्हणजे तोडीफार झुडपे व हिरवळ पाहायला मिळते. त्याच्या खाली म्हणजे ४९०० ते ९८०० फुटांच्या उंचीवर पश्चिम हिमालयन सब-अल्पाइन जंगलांमध्ये सूचीपर्णी वृक्ष दिसतात. ९०० ते ८५०० फुटांच्या उंचीच्या पट्ट्यात पश्चिम हिमालयन विस्तृतपर्णी जंगले आहेत ज्यामध्ये रुंद पानांची झाडे असतात. ४९०० फुटांच्या खालच्या उंचीवर हिमालयन उपोष्ण कटिबंधी जंगले आहेत, ज्यात मुबलक प्रमाणात पाइन म्हणजे देवदार वृक्ष मिळतात. त्याखालच्या गांगेय सखल भागात आर्द्र पानझडी वने आहेत व उत्तर प्रदेशाच्या सीमेवर भाभर या नावाने ओळखल्या जाणाऱ्या पट्ट्यामध्ये जरासे शुष्क तराई-द्वार सव्हाना व तृणभूमी आहेत. या भागातील जंगले साफ करून शेतीसाठी जमीन उपलब्ध केली गेली आहे. तरीही काही छोटी जंगले अजूनही अस्तित्वात आहेत.

१९९८ साली राज्यांची पुनर्रचना करण्याची मोहीम केंद्र सरकारने हाती घेतली होती तेव्हा भारतीय जनता पार्टीच्या एनडीए सरकारने उत्तर प्रदेशच्या राज्य सरकारबरोबर या नव्याने होऊ घातलेल्या प्रांताला उत्तरांचल

असे नाव मुक्रर केले होते. जरी हे नाव अधिकृतपणे जाहीर केले गेले तरीही उत्तराखंड हे नावही तेवढेच लोकप्रिय होते. ऑगस्ट २००६ मध्ये केंद्रीय कॅबिनेटद्वारा उत्तराखंड हे नाव देण्याचा प्रस्ताव पारित झाला व त्यासाठी आवश्यक ते बिल राज्याच्या विधानसभेत पारित करण्यात आले. डिसेंबर २००६ मध्ये संसदेत त्याविषयीचे बिल पारित होऊन तत्कालिन राष्ट्रपती अब्दुल कलाम यांच्या हस्ते शिक्कामोर्तब होऊन जानेवारी २००७ पासून उत्तराखंड हे नवे नाव प्रचलित झाले.

या प्रदेशातील लोकसंख्येच्या धर्मनिहाय वितरणाचा तपशील पुढील कोष्टकात दिला आहे.

लोकसंख्या	मुस्लिम%	हिंदू%	शीख%	बौद्ध व अन्य
८४,८९,३४९	१०,१२,१४१	७२,१२,२६०	२,१२,०२	५२,९२३
२००१ च्या जनगणनेनुसार	११.९२	८४.९६	२. ५०	०.६२

या राज्यात गढवाली व कुमावी या बोलीभाषा प्रचलित आहेत, परंतु अधिकृत भाषा म्हणून हिंदी व संस्कृत यांना मान्यता दिलेली आहे. संस्कृत भाषेला अधिकृत भाषेचा दर्जा देणारे भारतातील हे एकमेव राज्य आहे. या प्रांताविषयीची अजून एक विशेष गोष्ट म्हणजे भारतातील सर्वाधिक ब्राह्मण वस्तीचे हे राज्य आहे. येथील लोकसंख्येत पंचवीस टक्के ब्राह्मण वस्ती आहे.

उत्तराखंडात नैसर्गिक सौंदर्याचा खजिनाच आहे असे म्हणता येईल. त्याची दोन प्रमुख उदाहरणे म्हणजे भारतीय उपखंडातील सर्वात जुन्या अशा जिम कॉर्बेट राष्ट्रीय अभयारण्यात असलेली बंगाली वाघांची वस्ती आणि युनेस्कोने जागतिक वारशाचे स्थान म्हणून घोषित केलेली विविधरंगी फुले व झाडे यासाठी प्रसिद्ध असलेली फूलोंकी घाटी (व्हॅली ऑफ फ्लॉवर्स). उत्तराखंडातील १३ जिल्ह्यांची माहिती पुढील कोष्टकात दिली आहे. दिदीहाट, राणीखेत, कोटद्वार आणि यमुनोत्री या चार नवीन जिल्ह्यांची रचना करण्याचा मनसुबा नुकताच प्रकट करण्यात आला आहे, ज्याबद्दलची तपशीलवार माहिती २०११च्या जनगणनेत उपलब्ध नाही. खाली दिलेल्या जिल्ह्यांचे प्रशासन जिल्हा मॅजिस्ट्रेट किंवा आयुक्तांच्या

हाती असते. गावांचे प्रशासन पंचायती व मोठ्या नगरांचे प्रशासन नगरपालिकांद्वारे केले जाते उत्तराखंडाचे गढवाल व कुमाऊॅं असे दोन विभाग पडतात. ज्यांच्यामध्ये अनुक्रमे पाच व आठ जिल्हे आहेत. जिल्हावार लोकसंख्या तसेच साक्षरता, स्त्री-पुरुष गुणोत्तर वगैरे तपशील पुढील कोष्टकात दिला आहे.

जिल्हा	**लोकसंख्या**	**जिल्हा**	**लोकसंख्या**
अलमोरा (कु)	६,२१,९२७	देहरादून (ग)	१६,९८,५६०
बागेश्वर (कु)	२,५९,८४०	गढवाल (ग)	६,८६,५२७
नैनिताल (कु)	९,५५,१२८	रुद्रप्रयाग (ग)	२,३६,८५७
चंपावन (कु)	२,५९,३१५	तेहरी गढवाल (ग)	६,१६,४०९
पिठोरगड (कु)	४,८५,९९३	उधमसिंग नगर (कु)	१६,४८,३६७
		उत्तरकाशी (ग)	३,२९,६८६
		चमोली (ग)	३,९१,११४
		हरिद्वार ९ग)	१९,२७,०२९

एकूण लोकसंख्या	**स्त्री:पुरुष गुणोत्तर**	**साक्षरता**	**शहरी:ग्रामीण गुणोत्तर**
१०,०८६,२९२	९६३/१०००	७८.८२%	३०/७०
एकूण क्षेत्रफळ	**जंगले**	**सिंचनाखालचे**	**६ शहरे**
५३,४८३ कि.मीर	३४,६६२ किमतीर	५३० हजार हेक्टर	१५,७६१ खेडी

एक लाखावर लोकवस्ती असलेली एकूण ६ शहरे उत्तराखंडमध्ये असून त्यातील सर्वात मोठे शहर म्हणजे राजधानी डेहराडून (लोकसंख्या ५७८, ४२०) आहे, तर हरिद्वारची लोकसंख्या २२५, २३५ इतकी आहे. या राज्याच्या विधानसभेत ७० आमदार असतात. या राज्यातून लोकसभेच्या ५ तर राज्यसभेच्या ३ जागा आहेत.

★★★

२. देवभूमी उत्तराखंड

पुरातत्त्वशास्त्रीय पुराव्यांच्या आधारे या प्रदेशात प्रागैतिहासिक काळापासून मनुष्यवस्ती असल्याचे दिसून येते. या प्रदेशात सापडणारी अतिशय पुरातन अशी शिळांपासून बनवलेली आसऱ्याची स्थाने, हजारो वर्षांपूर्वीची दगडी हत्यारे आणि अश्मयुगीन चित्रकलेचे नमुने असे दाखवून देतात,की येथे प्रागैतिहासिक कालापासून मानववस्ती होती. अगदी सुरुवातीच्या वैदिक परंपरांचे अस्तित्व अधोरखित करणारे पुरातत्वशास्त्रीय अवशेष (इ.स.पू. १५०० मधील) येथे आढळतात.

कुर्माचल

कुमाऊँ अथवा कुर्माचल हा उत्तर प्रदेशाचा हिमालयीन भाग आहे. दक्षाने यज्ञ केला, त्या प्रसंगी पार्वतीचा अपमान झाल्यामुळे तिने अग्निप्रवेश केला असता शंकराने तिचे शव घेऊन कुर्माचलावर तांडवनृत्य केले. अशी आख्यायिका आहे. याच प्रदेशातून पांडव स्वर्गाला गेले, अशी लोकश्रद्धा आहे. इसवी सनापूर्वी दोन हजारच्या सुमारास खश जमातीचे लोक या प्रदेशात आले. त्या आधी या भागात किन्नर, किरात व नागलोक राहत होते. टॉलेमी या इतिहासकाराने या प्रदेशाला किरातांचा व तंगणांचा देश म्हटले आहे. तंगण म्हणजे खश लोक. खशांच्यानंतर आर्य आले. खश व आर्य या दोघांनी मिळून किरातांना पराभूत केले आणि तेव्हापासून तेथे खशांची सत्ता प्रस्थापित झाली. इ. स. पूर्वी पहिल्या शतकात शक भारतात आले. गुप्त वा हूण यांनी त्यांचा पराभव केल्यानंतर कित्येक शक राजपुत्र व सरदार यांनी हिमालयातील भिन्न भिन्न दुर्गम स्थानांचा आश्रय घेतला. शकांनी हिमालय प्रदेशात आपली सत्ता स्थापन केली.

तिथे ज्या असंख्य सूर्यमूर्ती आढळतात, त्या शकांच्याच आहेत. पाचव्या-सहाव्या शतकात हिमालयातील बहुतेक भाग होरमाण व मिहिरकुल यांच्या सत्तेखाली होता. त्यानंतरचे कुमाऊँ-गढवालचे राजे मौखरी व वर्धन या राजांचे मांडलिक होते. हर्षाच्या मृत्यूनंतर सुमारे दोनशे वर्षे आसामपासून गिलगिलपर्यंतचा सारा हिमालय प्रदेश तिबेटच्या अधिसत्तेखाली होता. नवव्या शतकाच्या मध्यास कनोज येथे प्रतिहार राजा भोज राज्य करीत असता तिबेटची हिमालय प्रदेशावरील सत्ता नष्ट झाली. कत्युरी राजवंशाची सत्ता स्थापन झाली. हे राजे सुमारे शंभर वर्षे प्रतिहाराचे सामंत होते. ललितशूर हा या वंशातील शूर राजा होऊन गेला. १०५० पर्यंत यांची सत्ता तिथे होती. त्यानंतरच्या ३००-४०० वर्षाच्या काळात कुर्माचल प्रदेशात अनेक लहान लहान राज्ये निर्माण झाली. इ.स. १४०० च्या सुमारास तेथे चंदवंशाची सत्ता आली. या वंशाने तेथे सुमारे चारशे वर्षे राज्य केले. पंधराव्या शतकातील भारतीचंद, रतनचंद, कीरातीचंद व माणिकचंद हे राजे पराक्रमी होते. १६ व्या शतकाच्या अखेरीस रूद्रचंद याच्या वेळी कुर्माचलचा राज्यविस्तार सर्वात मोठा झाला. १७ व्या शतकात बाजबहादूरचंद या राजाने तिबेटवर आक्रमण करून तिथपर्यंतचा सर्व प्रदेश आपल्या सत्तेखाली आणला होता. अठराव्या शतकात रोहिल्यांनी कुर्माचलावर आक्रमण करून तिथली अनेक मंदिरे उद्ध्वस्त केली. पण त्यांनी तेथे सत्ता मात्र स्थापन केली नाही. या शतकाच्या शेवटी चंदवंशाची सत्ता संपून तिथे गुरखा वंशाची सत्ता आली. पण ती फार वर्षे टिकली नाही. १८१५ साली इंग्रजांनी कुमाऊँ वगैरे बराच प्रदेश नेपाळकडून जिंकून घेतला. १९४७ साली हा प्रदेश स्वतंत्र होऊन भारतीय गणराज्यात समाविष्ट झाला.

पौरव, कुशाण, कुर्निदास, गुप्त, गुर्जर-प्रतिहार, कत्युरी, रायका, पलाश, चांद, परमार किंवा पवार, शीख आणि ब्रिटिश या सर्वांनी वेगवेगळ्या काळात या प्रदेशावर सत्ता गाजविली आहे. सर्वांत आधी येथे कोल नावाच्या आदिवासी लोकांची वस्ती असल्याचे मानले जाते. त्यानंतर इ. स. पू. १७०० ते ११०० मध्ये खरा नावाच्या जमातीचे लोक येथे वायव्येकडून आले असे म्हणतात. त्या काळात उत्तराखंड हे ऋषीमुनींचे आणि साधूसंतांचे निवासस्थान होते. वेदव्यासांनी महाभारताची रचना

येथेच केली होती. गढवाल व कम्पउँची या विभागांमध्ये इसवी सनापूर्वी दुसऱ्या शतकात कुनिंदास नावाच्या राजवंशाची सत्ता होती. या राजवटीत शैव पंथाचे रीतीरिवाज पाळले जात असत. त्यांचा तिबेटबरोबर मिठाचा व्यापार होता. कलसी येथे सापडलेल्या सम्राट अशोकाच्या राजाज्ञेनुसार येथे बौद्ध धर्माचा प्रसार अगदी सुरुवातीपासून होता, असे कळते. हिंदू सनातन धर्मापासून निराळ्या अशा काही चालीरीती येथील आदिवासी लोकात प्रचलित होत्या. परंतु आद्य शंकराचार्यांच्या तेथील भ्रमणानंतर व मैदानी प्रदेशातील लोकांचे या प्रदेशात स्थलांतर झाल्यानंतर सनातन हिंदू धर्माची येथे पुन: स्थापना झाली. चौथ्या शतकापासून ते चौदाव्या शतकापर्यंत कत्युरी वंशाची सत्ता कुमाउँमधील कत्यूर खोऱ्यातून (सध्याचे बैजनाथ) चालली. त्यांच्या काळात जागेश्वर येथील ऐतिहासिक मंदिरांची निर्मिती झाली. नंतर चांद राजवटीत त्या मंदिरांचे स्वरूप बदलण्यात आले. तिबेट व ब्रह्मदेश येथील किरात जमातीचे लोक या प्रदेशातील डोंगराळ भागात वस्ती करून राहू लागले. हल्लीच्या भुतिया, राजी, बक्षा आणि थारु जमातींचे हे पूर्वज असल्याचे मानले जाते.

मध्ययुगीन काळात पश्चिमेकडे गढवाल व पूर्वेकडे कुमाउॅ या दोन राजवटीखाली हा प्रदेश विभागला गेला. या काळात पहाडी चित्रकला विकसित झाली. मैदानी प्रदेशातून स्थलांतरित झालेल्या ब्राह्मण व राजपुतांबरोबर येणे आलेल्या परमारांच्या अधिपत्याखाली गढवालचा प्रदेश संघटित झाला. १७९१ साली वेगाने विस्तार करणाऱ्या नेपाळच्या गुरखा साम्राज्याने कुमाउँचा राजधानी, अलमोरा काबीज केले. १८०३ साली गढवालचे राज्यपण गुरख्यांच्या हातात पडले. १८१६ सालच्या नेपाळ-इंग्रज युद्धानंतर सुगौलीच्या तहांतर्गत उत्तराखंडाचा बहुतेक भाग ब्रिटिश साम्राज्यात विलीन केला गेला. फक्त तेहरी येथे गढवाल राज्याचा एक छोटासा भाग स्वतंत्रपणे अस्तित्वात राहिला. गढवाल आणि कुमाउँ या विभागात अनेक शतकांपासून वेगवेगळे राजवंश सत्तेत होते व त्यांच्यात बरेच वेळा शत्रुत्वही असे. तरीही, त्यांच्यातील भौगोलिक, सांस्कृतिक, पारंपारिक, भाषिक व आर्थिक समानतेमुळे त्या समुदायांमधील सख्य अबाधित राहिले. १९९० च्या दशकात स्वतंत्र राज्यासाठी झालेल्या आंदोलनात हे सख्य अजूनच दृढ झाले.

ले. भारताला स्वातंत्र्य मिहाल्यानंतर गढवालचे राज्य उत्तर प्रदेशाचा एक भाग झाले. एकंदरीत गढवाल व कमाउॅ विभागासाठी पहिल्यापासूनच उत्तराखंड हे नाव प्रचलित आहे.

माटू हमरू पाणी हमरू हमरा ही छन यि बौण भी...पितरों न लगाई बौण, हमुनही त बचौण भी।

हे गढवाली भाषेतले चिपको या पर्यावरणवादी आंदोलनातले प्रसिद्ध गीत आहे. याचा मराठीत असा अर्थ होतो. ‘जमीन आमची, पाणी

आमचे, जंगलेही आमचीच, आमच्या पितरांनी त्यांना वाढवले आता तुम्हाला त्यांचे रक्षण केलेच पाहिजे.''

९० च्या दशकात चंडीप्रसाद भट्ट, सुंदरलाल हुगुणा आणि घनश्याम रतुरी यांच्या नेतृत्वाखाली चिपको हे विलक्षण आंदोलन उत्तराखंडात घडले. त्यात भाग घेणाऱ्या खेडवळ स्त्रिया व सामान्य नागरिकांच्या असामान्य धैर्यामुळे हा जंगलातील जनसत्याग्रह जगप्रसिद्ध झाला. झाडांची कत्तल थांबविण्यासाठी त्यांनी झाडाला मिठी मारून, 'झाड तोडायच्या आधी आम्हाला मारा, मग झाडे कापा.'' अशी निकराची भूमिका घेतल्यामुळे इंडिया टुडेसारख्या लोकप्रिय नियतकालिकाने 'भारताचे १०० शिल्पकार' या त्यानंतर २५ वर्षांनी प्रकाशित केलेल्या खास कव्हर स्टोरीत या आंदोलनाचा समावेश केला होता. आदिवासी व समाजाच्या निम्नस्तरावरील लोकांच्या रोजीरोटीच्या प्रश्नाकडे लक्ष खेचून घेण्याच्या या अभिनव आणि अहिंसात्मक सत्याग्रहाचा प्रथम उद्देश, जंगलतोडीमुळे त्यांची गुजराण होणे कसे अशक्य होणार होते, या गंभीर प्रश्नाकडे लक्ष वेधून घेणे हाच होता. परंतु नंतर झालेल्या कोणत्याही पर्यावरण संरक्षणाच्या प्रयत्नांना किंवा नैसर्गिक संपत्तीच्या बेफाम नाशाविरुद्धच्या लढ्यांना या आंदोलनापासून निश्चितच स्फूर्ती मिळाली.

★★★

३. लोक आणि लोकाचार

उत्तरेला म्हणजे नैनीताल, तेहरी गढवाल, चमोली, इथोरागढ इत्यादी पहाडी जिल्ह्यांमध्ये ठेंगणे आणि गोरे गढवाली आणि कुमाऊंनी लोक राहतात.

या प्रदेशातील रहिवासी गढवाली किंवा कुमावी या नावांनी ओळखले जातात. हे लोक गोरे व ठेंगणे असतात. त्याशिवाय येथे राजपूत व ब्राम्हणांची वस्तीपण आहे. बद्रिनाथ आणि केदारनाथ येथे केरळमधील नबुंद्री परिवार खूप वर्षापासून राहिलेले आहेत.

येथील जमीन डोंगराळ आहे व येथे जाडे भरडे धान्य व वेगवेगळ्या भाज्यांचे पीक असते. त्यामुळे येथील हवामानाला व जीवनशैलीला अनुकूल असे शिरा किंवा तंतू असलेले अन्नच येथील लोकांचे सामान्य जेवण असते. कुमाउँच्या अंतर्गत भागात मदुआ किंवा झिंगोरा (बकव्हीट) याचा वापर आहे. शुद्ध तूप किंवा मोहरीचे तेल अन्न शिजवण्यात वापरले जाते. मसाले म्हणून जाखियाच्या बिया वापरल्या जातात. बाल-मिठाई, चुटकनी, काप, दुबुक, भट्टकी चुटकनी, सै आणि गुलगुला हे येथील लोकांच्या खाण्यातील काही पदार्थ आहेत. तिकडल्या कढीला झोई किंवा झोली असे म्हणतात.

कुमाऊं प्रदेशात ब्राह्मण, रजपूत व डोम या मुख्य जाती असून या प्रत्येक जातीच्या अनेक उपजाती आहेत. ब्राह्मण व राजपूत या दोन्ही जातींचे लोक मूळ खश वंशाचे आहेत. डोम ही जात हीन मानली जाते. इसवी सनापूर्वी दुसऱ्या शतकापासून ते इसवी सनाच्या सहाव्या-सातव्या शतकापर्यंत या भागात बौद्ध धर्माचे प्राबल्य होते. यावेळी बहुतेक खश

लोक आणि सर्व डोम बौद्धधर्मी झाले. तथापि कुमाऊंमध्ये बौद्धमूर्ती वा मंदिरे मात्र आढळत नाहीत. याचे कारण बाराव्या शतकानंतर तेथे ब्राम्हणीधर्म प्रस्थापित झाला आणि बौद्ध मूर्ती व मंदिरे यांचे हिंदुकरण झाले. तेव्हापासून तिथले लोक सनातनी शैव किंवा शाक्त झाले आहेत. तिथले हिंदू लोक सर्व पौराणिक व तांत्रिक देवताना भजतात. नंदादेवी या नावाच्या एका शिखरावर विराजित असलेल्या पार्वतीला कुमाऊंमधले लोक विशेषत्वाने भजतात. तिथे भुताखेतांचीही पूजा चालते. पाडवा, नवरात्र, दसरा, दिवाळी, संक्रांत, रामनवमी, वैशाखी, कृष्णजन्म, गणेशचतुर्थी, वसंतपंचमी, शिवरात्र, होळी इत्यादी सर्व हिंदू सण व उत्सव येथे साजरे केले जातात. या प्रदेशातील लोकांचा मुख्य उद्योग शेती हा असून भात व गहू ही येथील मुख्य पिके आहेत. या भागात चहाची लागवडही होते. लोकर कापून कपडे विणणे, बांबूच्या चटया व टोपल्या विणणे, पशुपालन इत्यादी व्यवसाय करणारे बरेच लोक येथे आहेत.

डेहराडून जिल्ह्यामधील एका भागाला जौलसार बावर असे म्हणतात. या प्रदेशातील स्त्री-पुरुष फार देखणे असतात. स्त्रियांना दागिन्यांची हौस फार असते. इथली सामाजिक व्यवस्था धार्मिक व्यवस्थेवर अवलंबून आहे. समाजात ब्राह्मणांना व क्षत्रियांना सर्वोच्च स्थान असून त्यांच्या

खालोखाल बाजगी हे येतात. बाजगी लोक कापणीच्या हंगामात काम करून आणि जमीनदारांकडून सणासुदीच्या दिवसात जी काही प्राप्ती होते, ती घेऊन तिच्यावर गुजराण करतात. जमीनदारांची सेवाचाकरी करणे हा यांचा मुख्य व्यवसाय होय. यांच्यापैकी काही बजवय्ये, गायक, शिंपी व न्हावीही आहेत. या प्रदेशातील डोम व कोल्हा हे खालच्या वर्गातील लोक समजले जातात. डोम हे चामड्याचे काम करतात. कोल्हा लोकात खंडत-मुंडित, मात् संजयत् आणि नीतोडोली असे चार पोटभेद आहेत. खंडित-मुंडित हे जमीनदारांच्या घरी दास वृत्तीने राहतात. जमीनदाराच्या परिवारात कुणाचा मृत्यू झाला, तर त्यांना धन्याच्या कुटुंबाबरोबर शोक करावा लागतो. तीन किंवा पाच दिवस हे शोक करतात आणि मुंडन करतात. मात् या लोकांना कर्ज काढल्यामुळे दास्यवृत्ती पत्करावी लागलेली असते. संजयत् हे या गावाच्या पंचायतीत राहतात. गावातील लोकांच्या जन्म-मृत्यूची नोंद करणे हे यांचे काम असते. नीतोडोली यांना अलीकडे शेती करण्याचा अधिकार मिळाला आहे. ब्राह्मण व क्षत्रिय यांच्यात परस्पर विवाहसंबंध होतात. पण बाजगी, लोहार, कोल्हा व डोम या लोकात परस्परविवाह होत नाहीत. जौलसारी लोक फार आतिथ्यशील आहेत. त्यांच्या घरी कोणी पाहुणा गेला, की त्यांचे मोठ्या उत्साहाने स्वागत होते. रात्रीच्या जेवणापूर्वी घरातली सून एका मोठ्या पितळी भांड्यात गरम पाण्याने पाहुण्याचे पाय धुते, नंतर मद्यपान होते आणि मग सर्वांचे एकत्र जेवण होते. जेवणानंतर धूम्रपान व नाच-गाणी होतात. जौलसारी लोक शिवाचे उपासक आहेत. स्थानिक देवदेवतांनाही ते भजतात. जादूटोण्यावरही त्यांचा विश्वास आहे. शुभकार्याच्या वेळी आणि संकटाच्या प्रसंगी ते आपल्या देवतांना बलिदान करतात. या लोकात कौरव-पांडवांनाही देव मानतात. या प्रदेशात दुर्योधनाचे एक मंदिर आहे. दुर्योधनाची मूर्ती शीर्षासनाच्या अवस्थेत आहे. प्राचीन काळी या देवाला रोज एक नरबळी द्यावा लागत असे, असे म्हणतात. पण एकदा एका ऋषीने आपल्या तप:सामर्थ्याने देवाची मूर्ती उलटी टांगली आणि नरबळीऐवजी मेंढा बळी देण्याची पद्धत सुरू केली. हल्ली पुजारी त्या मूर्तीकडे पाठ करून त्याची पूजा करतो. शत्रूचे अहित चिंतण्यासाठी लोक येथे येतात व तसा दुर्योधनाला नवसही बोलतात.

लग्नविधी

जौलसार बावर या प्रदेशात प्राचीन काळापासून बहुपतिप्रथा अस्तित्वात आली. मुलामुलींची लग्ने लहानपणीच त्यांचे आई-बाप ठरवून ठेवतात. विवाह मुहूर्त ब्राह्मणाकडून काढून घेतात. वधूपक्षाचे लोक वराच्या घरी जातात व तेथे लग्न लागते. लग्नाचा बराचसा खर्च वरपित्याला करावा लागतो. विवाहानंतर मुलगी आपल्या माहेरी जाते आणि मोठी झाल्यावर मग सासरी येते. घरातील मोठ्या मुलाशी तिचा विवाह झालेला असला तरी ती त्याच्या धाकट्या भावांचीही पत्नी मानली जाते. म्हणजे घरातले सगळे सहोदर बंधू हे तिचे पतीच मानले जातात.

इतर जातिजमातींमध्ये त्यांच्या त्यांच्या प्रथेप्रमाणे विवाह-समारंभ साजरे होतात.

बगवाली

कुमाऊं प्रदेशात दिवाळीच्या सणाला बगवाली असे म्हणतात. हा केवळ दीपोत्सव नसून ते एक प्राचीन परंपरागत पर्व आहे, पूर्वी या प्रदेशावरून बाहेरून येणाऱ्या आक्रमणांना तोंड देणे किंवा शेजारच्या देशावर आक्रमणे करणे यासाठी दिवाळीनंतर सैन्याची जमवाजमव व इतर धामधूम सुरू होत असे. या लष्करी परंपरेचे प्रतीक म्हणून हा बगवाली नावाचा उत्सव साजरा केला जातो. कम्पाऊं सैनिक शत्रूवर गोफणीने दगडांचा मारा करण्यात फार तरबेज होते. अशा प्रकारची लढाई आता प्रत्येक गावात या उत्सवात करतात. अलमोडा जिल्ह्यातील सोमनाथ नावाच्या गावी ककनोड व कुलोल नामक दोन राजपूत गटांचे युद्ध दरवर्षी होते. पूर्वी पुष्कळदा त्याचे पर्यवसान खऱ्या युद्धात होत असे. या दंगली पाहण्यासाठी आसपासच्या डोंगराळ प्रदेशातून बरेच लोक येतात.

जौ ल्यौ

गढवाल प्रदेशातील एक लोकोत्सव. हा उत्सव माघ शुद्ध पंचमी (वसंतपंचमी) या दिवशी करतात. या दिवशी औजी लोक शेतातून जव गोळा करून आणतात आणि ते आपल्या आप्तेष्टांना वाटतात, जव वाटीत जाताना जी गीते म्हणतात, त्यापैकी एक गीत असे-

जौ ल्यौ पंचनाम देवता, जौ ल्यौ पंचमीका सालै!
जौ ल्यौ हरिराम शिव, ज्यौ ल्यौ
मोरिका नारैण। जौ ल्यौ बार मैना, जौ ल्यौ पंचनामदेवता!

अर्थ पंचनाम देवतांनो, जव घ्या. पंचमीच्या वर्षा, जव घे. हरि, राम, शिव देवांनो जव घ्या. हे खिडकीतून दिसणाऱ्या नारायणा, जव घे. वर्षांच्या बारा महिन्यांनो, जव घ्या. पंचनाम देवतांनो, जव घ्या.

या दिवशी घरांच्या दारांवर शेणाचे गोळे थापतात आणि त्यावरही जव चिकटवतात.

माघ

शिशिर ऋतूमध्ये जौलसारी लोक हा उत्सव साजरा करतात. रंगीबेरंगी कपडे व दागिने घालून आणि डोक्याला रंगीत रुमाल बांधून जौलसारी स्त्रिया टोळ्या टोळ्यांनी उत्सवाच्या ठिकाणी जातात. तिथे बागची ढोल वाजवतो आणि युवक-युवती नृत्य करतात. हा उत्सव अनेक दिवस चालतो. मकर संक्रांतीच्या आदल्या दिवशी बकऱ्याच्या बलिदानाने याची सुरुवात होते. रोज संध्याकाळी गावातले सर्व स्त्री-पुरुष एकत्र जमतात आणि नाचगाण्याने रात्र जागवतात. शिकार आणि मद्यप्राशन हेही यथेच्छ चालते.

विशू

जौलसारी लोकांचा हा दुसरा महत्त्वाचा उत्सव. याचा प्रारंभ वैशाखीपासून होतो. चौराणी व लखवाड या ठिकाणी उत्सवाची जत्रा भरते. पुरुष पांढरे कपडे व झालरदार टोपी घालून आणि हातात लांब तलवारी घेऊन या जत्रेत सामील होतात. प्रथम शिवशक्तीची पूजा होते, मग रासे म्हणजे वीरांचे पोवाडे गायले जातात. पुरुष तलवारी घेऊन आणि स्त्रिया हातात हात गुंफून नाचतात. बाजरी, ढोल, नगरा व सनई ही वाद्ये वाजवतात. या वेळी महाभारताची कथा गातात. प्रेमगीते गाण्याचीही

पद्धत आहे.

जागरा

हा जौलसारातील धार्मिक उत्सव आहे. विशेषत: यमुनेच्या किनाऱ्यावरील आणि महासू देवतेच्या मंदिराजवळ राहणारे लोक श्रावणात हा उत्सव करतात. उत्सवाच्या आदल्या रात्री लोक उपवास करतात आणि दुसऱ्या दिवशी सकाळी देवमूर्तीसह यमुनेवर स्नानाला जातात. स्नान झाल्यावर मूर्तीला मंदिरात आणून तिची पूजा करतात.

जौलसारी लोक दिवाळीचा सणही मोठ्या उत्साहाने पाळतात. त्यावेळी लाकडाच्या मोळ्या करून त्या जाळतात. त्यांचा प्रकाश दूरपर्यंत पडतो. त्यातली जळती ओलिते घेऊन गावातील लोक एकत्र जमतात आणि नाचगाण्यात रंगून जातात.

हिंदूंसाठी असलेली एक महत्वपूर्ण धार्मिक घटना म्हणजे कुंभ मेळा. हा मेळा भारतात हरिद्वार, नाशिक, अलाहाबाद आणि उज्जैन या चार ठिकाणी भरतो. १४ जानेवारी २०१० च्या संक्रांतीच्या दिवशी उत्तरखंडातील हरिद्वार येथे पूर्ण कुंभ मेळा भरला होता. २८ एप्रिल २०१० च्या शाख पौर्णिमा स्नानाने या मेळ्याची सांगता झाली. धार्मिक कारणासाठी एकत्रित होणाऱ्या लोकांचा जगातील सर्वात मोठा जमाव समजला जाणाऱ्या या मेळ्यात साधूसंत, भाविक आणि विदेशी लोकदेखील मोठ्या संख्येने भाग घेतात. हरिद्वारच्या गंगा नदीमध्ये २०१० च्या कुंभ मेळ्यात चार कोटी लोकांनी स्नान केले असावे, असा अंदाज केला जातो. भारतीय रेल्वेने या काळात भाविकांच्या सोयीसाठी खास गाड्यांचे आयोजन केले होते. इसरो या संस्थेने या मेळ्याचे भविष्यकाळातील आयोजन अधिक चांगल्या प्रकारे करता यावे, म्हणून उपग्रहाच्या साहाय्याने या कुंभमेळ्याचे चित्रीकरण केले होते. वसंत पंचमीपासून सुरू होणाऱ्या कुमावी होळीमध्ये बैथकी होली, खडी होली आणि महिला होली यांचा समावेश होतो. या उत्सवात संगीत बराच महत्त्वाचा भाग वठवते. या शिवाय उत्तराखंडात पुढील सण व उत्सव साजरे केले जातात. गंगा दशहरा, मकर संक्रांत, वसंत पंचमी, घी संक्रांती, खटरुआ, वटसावित्री, फूल देई, हरेला मेळा, नंदा देवी मेळा.

★★★

४. भाषा आणि साहित्य

साहित्य

कोणत्याही प्रदेशाची सांस्कृतिक व सामाजिक स्थिती त्या प्रदेशाच्या वाङ्मयात प्रतीत होते. उत्तराखंडातील साहित्यसुद्धा याला अपवाद नाही. येथील सर्व बोलीभाषांतील वाङ्मय, लोककथा व गीते या प्रदेशाचे शाब्दिक दर्शन घडवितात. कुमाउँमध्ये १३ वेगवेगळ्या बोलीभाषा प्रचलित आहेत. यातील बहुतेक आर्य संस्कृतीतून आल्या आहेत परंतु काहींचे मूळ तिबेट-ब्रह्मी भाषांत सापडते. या बोलीभाषांवर कोल, मुंड, किन्नर-किरात, दर्द-खश यांचा प्रभाव दिसतो. बहुतेक सर्व कुमावी लोक हिंदी बोलू शकतात. कुमाउँ आणि गढवाल येथील सर्व बोलीभाषांचा समावेश मध्य पहाडी भाषा गटात होतो.

पूर्वेकडे खसकुरा (नेपाळी), पश्चिमेकडे पश्चिमी पहाडी (हिमाचली) दक्षिणेकडे हिंदी व उत्तरेकडे तिबेटी-ब्रह्मी भाषा प्रचलित आहेत. अनेक कवी व लेखकांनी स्थानिक व राष्ट्रीय स्तरावरच्या शूरवीर स्त्री पुरुषांच्या, देवी देवतांच्या पौराणिक व ऐतिहासिक कथा आपल्या रसप्रद भाषेत सांगितलेल्या आहेत. यात निसर्गाच्या विविध पैलूंचे वर्णन पण वेळोवेळी येते. या लोककथांतून आपल्याला रामायण, महाभारतातील कथा, तसेच राजूला व मालुशाही यांची प्रेमकहाणी, बावीस बफाउल भावांची वीरश्रीपूर्ण गाथा, संग्रामसिगाच्या पराक्रमाची गोष्ट आणि रामोलाबंधूंच्या हिमालयापलीकडील अद्भूत पण काल्पनिक प्रदेशाचे वर्णन करणाऱ्या कहाण्या ऐकायला मिळतात. बऱ्याच साहित्याचे लेखक किंवा कवी यांची नावे काळाच्या ओघात पुसली गेली आहेत, परंतु या पोवाड्यांसारख्या

गीतांचे लोकमानसातील महत्त्व अजूनही कायम आहे. हुर्कियाबोल म्हणजे सामूहिक शेतीच्या कामाच्या वेळी गाण्यात येणारी गीते ही अजरामर लोकगीतांची अभिव्यक्ती आजही टिकून आहे. कुमाउंमधील बालगीते, निसर्गगीते यांच्यातून तिथल्या मानवी जीवनाचा निसर्गाशी असलेला अतूट संबंध दिसून येतो. शेतकऱ्याच्या गाण्यात त्याचे बैल व त्या प्रदेशातील वृक्ष, प्राणी यांचे सुंदर दर्शन घडते. नेओली, झोरा, तंतरी, छपेली अशी काही काव्यप्रकारांची नावे आहेत. या गाण्यांतील सुवा म्हणजे पोपट प्रेमीजनांचे तर नेओली हा पक्षी भाऊ व बहिणीचे प्रतिनिधित्व करतो. नेओली ही एक गायन शैली सुद्धा आहे. कुमाउँमधल्या म्हणी व वाक्प्रचार सुद्धा काव्यमय आहेत. गोपीदास, मोहनसिंग रीठागिरी, जैतरामआणि चक्रराम दमाइ हे कुमाउँचे काही प्रसिद्ध लोकगीत गायक आहेत.

महाकवी कालिदासाच्या 'अभिज्ञान शाकुंतलम्' या नाटकात वर्णिलेली मालिनी नदी ही उत्तराखंडातील शिवालिका पर्वतात उगम पावून रावळी घाटीजवळ गंगा नदीला येऊन मिळते. कालिदासाच्या मेघदूतामधील कनखल हे स्थान हरिद्वाराजवळ आहे. अनेक विद्वानांचे असे मत आहे, की महाकवी कालिदास हा नंतरच्या कालात कोठेही वसत असला तरी त्याचा जन्म मालिनी नदीच्या आसपास उत्तर प्रदेशातच झालेला असावा आणि म्हणूनच हरिद्वार येथे भरलेल्या एका हिंदी साहित्य संमेलनात महाकवी कालिदासाचे स्मारक म्हणून एक कीर्तिस्तंभ मालिनी नदीच्या काठी नजीबाबाग येथे उभारावा, असा प्रस्ताव करण्यात आला होता. 'अभिज्ञान शामुंतलम्' या नाटकात वर्णिलेले दुष्यतांचे शिकारस्थान म्हणजे इथले जंगलच होय, असे काही विद्वानांचे मत आहे. महर्षी कण्वमुनींचा आश्रम बिजनौरमधील रावळीपासून गढवालमधील कोटद्वारापर्यंत होता. कालिदासाने वर्णन केल्याप्रमाणे आजही या प्रदेशातील सौंदर्य जसेच्या तसेच दृष्टीस पडते.

नजीबाबागजवळ मालिनीच्या काठी एक प्राचीन स्तंभ आजही उभा असून त्यावर दुष्यंताने केलेल्या जंगली पशूंच्या शिकारीची रेखाचित्रे रेखलेली आहेत. या प्रदेशामध्ये आणखीही काही प्राचीन सामग्री उपलब्ध झालेली आहे. त्यावरून महाकवी कालिदासाच्या या प्रदेशाशी खूपच संबंध असावा, असे दिसते.

संस्कृत साहित्यामध्ये आपल्या अर्थ-गौरवाने शोभणारा महाकवी भारवी हा उत्तर प्रदेशातील उत्तरखंड म्हणून ओळखल्या जाणाऱ्या भागात होऊन गेला. प्रसिद्ध संस्कृत नाटककार भवभूती यानेही गढवालच्या तराईतील सृष्टिसौंदर्याची अनेक गीते गायिलेली आहेत.

कुमाऊँनी ही बोली अलमोडा आणि नैनीताल या पहाडी जिल्ह्यात प्रचलित आहे. अलमोडिया बोली, कालीकमाऊँ की बोली, शोरकी बोली, पालीपछाऊ की बोली, जोहार की बोली, भाबर कुमाऊँकी बोली, बोक्सा बोली, खारू बोली इत्यादी कुमाऊँनी भाषेच्या उपभाषाही प्रचलित आहेत. या सर्व भाषात गद्य आणि पद्य असे विपुल लोकसाहित्य उपलब्ध आहे. हिमालय हे अप्सरांचे निवासस्थान मानले जाते. या अप्सरांच्या अनेक कथा या भाषेत आहेत. त्याचप्रमाणे पुष्कळ लोकगाथा आहेत. या लोकगाथातून कुमाऊँचा इतिहास आणि परंपरा यांचे ओझरते दर्शन घडते. त्यातल्या बऱ्याच गाथा या वीरगाथा असतात. हे वीर आपल्या कोटात राहतात, आसपासच्या गावांवर स्वामित्व करतात आणि आपसात लढतातही. या लोकगाथातून सालवीर, अजित बौरा व रणजीतबौरा या वीरांच्या गाथा विशेष प्रसिद्ध आहेत. सिदुवा आणि विदुवा हे दोघे कुमाऊँचे लोकप्रिय नायक आहेत. त्यांच्या पराक्रमाचे जे पोवाडे गायिले जातात, त्यांना 'रमौले' म्हणतात.

गढवाल हा उत्तर प्रदेशातील कुमाऊँ विभागातला एक जिल्हा आहे. त्या भागात बोलल्या जाणाऱ्या भाषेला गढवाली असे म्हणतात. या भाषेत खूपच लोकसाहित्य आहे. गढवाली लोकगीतांचा बराचसा भाग त्यांच्या कष्टमय जीवनाने व्यापलेला आहे. याशिवाय त्यांच्यात विवाहगीते, नृत्यगीते, प्रणयगीते इत्यादी पुष्कळ गीते आहेत. शैली, विषय, प्रसंग आणि सृष्टिसौंदर्य यांनी गढवाली लोकगीते समृद्ध आहेत. त्या गीतांमधून तिथल्या लोकांचे जीवन, त्यांचे मनोभाव त्यांची संस्कृती यांचे दर्शन घडते.

इकडच्या सुप्रसिद्ध लेखकांची यादी द्यायची झाली तर त्यात लोकरत्न पंत गुमानी, शिवदत्त सती, गोरडा, श्यामाचरण दत्त पंत, रामदत्त पंत कविराज, चंद्रलाल चौधरी, पितांबर पांडे, बचीराम आर्य, जीवनचंद्र जोशी, कंबरसिंग भंडारी यांची नावे प्रामुख्याने येतील. हिंदी

साहित्य व पत्रकारितेत कुमाउँचे असामान्य योगदान आहे. गुमानी पासून सुमित्रानंदन पंत, लक्ष्मीदत्त जोशींपासून शैलेश मतियानी, इलाचंद्र जोशींपासून रमेशचंद्र शाह, हेमचंद्र जोशींपासून मृणाल पांडे आणि पंकज बिश्त अशी महान परंपरा सांगता येईल.

गौरा पंत शिवानी या उत्तराखंडातील एक प्रमुख स्त्री लेखिका आहेत. अलाहाबाद येथे उच्च शिक्षण प्राप्त केल्यानंतर त्यांना शांतिनिकेतनमध्ये गुरुदेव रविंद्रनाथ टागोरांच्या सहवासाचा लाभ मिळाला होता. वयाच्या बाराव्या वर्षी त्यांची पहिली कथा नटखट या लहान मुलांसाठी असलेल्या हिंदी नियतकालिकात प्रसिद्ध झाली होती. त्यांनी ३० कांदबऱ्या, १३ लघुकथा संग्रह व स्वत:च्या आठवणींचे ८ खंड प्रसिद्ध केले आहेत. त्यांच्या लोकप्रिय कलाकृती अशा आहेत. विषकन्या, कैंझा, चौदह फेरे, भैरवी. त्यांना आजवर अनेक पारितोषिके व सन्मान प्राप्त झाले आहेत. भारतेंदु हरिश्र्चंद्र सन्मान (१९७९), पद्मश्री (१९८१), महादेवी वर्मा सन्मान (१९९४), सुब्रह्मण्यम् सन्मान (१९९५) आणि हिंदी सेवा निधी राष्ट्रीय पुरस्कार (१९९७). मार्च २००३ मध्ये लखनौ येथे त्यांचे देहावसान झाले.

चंद्र कुंबर बर्थवाल यांचा जन्म २० ऑगस्ट १९६१ रोजी रुद्रप्रयाग जिल्ह्यातील मलकोटी या गावी झाला. त्यांच्या जन्मस्थानाच्या परिसरातील निसर्गाचे अद्‌भुत वर्णन करणाऱ्या त्यांच्या कवितांमुळे त्यांची तुलना सुप्रसिद्ध हिंदी कवी सूर्यकांत त्रिपाठी निराला यांच्याशी केली जाते. केवळ २८ वर्षांच्या अल्प आयुष्यात त्यांनी त्यांच्या विपुल सर्जनशीलतेचे दर्शन सगळ्या जगाला करून दिले. कविता, निबंध, लघुकथा, एकांकिका, टीका आणि प्रवासवर्णने अशा विविध वाङ्मयप्रकारात त्यांनी भरपूर योगदान दिले. त्यांची कफल पाकु ही कलाकृती टिकारांच्या पसंतीला विशेषकरून आली होती.

चंद्र कुंबर बर्थवाल

हिंदी भाषेत डी. लिट. ही पदवी प्राप्त करणारी प्रथम व्यक्ती म्हणजे डॉ. पीतांबर दत्त बर्थवाल. पौडी गढवाल जिल्ह्यातील लॅन्सडाउन

या गावी त्यांचा जन्म १९०१ साली झाला. हे एक विद्वान व व्यासंगी लेखक होते. छायावड या त्यांनी १९२८ साली एम ए साठी लिहिलेल्या निबंधाची पुष्कळ वाहवा झाली होती. त्यांचा हिंदीमधील निर्गुण काव्यावर इंग्रजीत लिहिलेला शोधनिंबध (थिसीस) देशातील व परदेशातील विद्वानांना अतिशय आवडला व त्याबद्दल त्यांना डी लिट ही पदवी बहाल केली गेली. त्यांची प्रमुख पुस्तके अशी: गोस्वामी तुलसीदास, गद्य सौरभ, गौरखबानी, हरिदास की साकी. आपल्याच थिसीसचे त्यांनी हिंदीत भाषांतर पण केले होते. त्याचे निधन १९४४ साली झाले.

हिंदीमधील सुप्रसिद्ध कवी सुमित्रानंदन पंत यांनी छायवदी हा हिंदी कवितेचा छंद निर्माण केला. २० मे १९०० रोजी त्यांचा जन्म झाल्यानंतर सहाच तासात त्यांची आई मरण पावली. वडिलांनी

सुमित्रानंदन पंत

तान्ह्या मुलाला गुसाइं दत्त नावाच्या एका शैव पंथी भाविकाला देऊन टाकले, त्यामुळे त्यांना गोसाइं असे उपनाम प्राप्त झाले. त्यांनी लहानपणीच अलमोडा, बनारस व अलाहाबाद येथे संस्कृत, पर्शियन व इंग्रजी भाषेचा व संगीताचा अभ्यास केला. वीणा आणि पल्लव हे काव्यसंग्रह यांनी याच सुमारास प्रसिद्ध केले. त्यांना स्वत:चे नाव तितकेसे रुचत नसल्यामुळे त्यांनी स्वत:च सुमित्रानंदन पंत असे नाव धारण केले. त्यांनी कविता, पद्य नाटके व निबंधांची २८ पुस्तके लिहिली. १९३१ साली ते लखनौला आपल्या भावाकडे आले. तेथे त्यांची सुप्रसिद्ध हिंदी कवी निराला व कालाकंकर संस्थानचे राजे सुरेश सिंग यांच्याशी भेट झाली.

१९३८ साली त्यांनी रुपभ नावाच्या मासिकाचे संपादन सुरू केले. चिदंबरा या त्यांच्या सर्वात ख्यातीप्राप्त काव्यासाठी त्यांना ज्ञानपीठ पुरस्कार मिळाला. त्यांच्या प्रमुख कलाकृती अशा आहेत. चींटी, चिदंबरा, वीणा, उच्छवास, पल्लव, ग्रंथी, गुंजन, लोकायतन, पल्लविनी, मधु ज्वाला, मानसी, वाणी, युग पथ, सत्यकाम, अंगुथिता, ग्राम्या, तारापथ, मुक्ति यज्ञ, युगांत आणि स्वच्छंद

२८ डिसेंबर १९७७ रोजी त्यांचे देहावसान झाले.

मनोहर श्याम जोशी (१९३३ ते २००६) हे एक हिंदीतले सुप्रसिद्ध लेखक, पत्रकार व पटकथाकार होते. भारतीय दूरचित्रवाणीवरील  अगदी पहिल्या मालिका हम लोग, बुनियाद, कक्काजी कहीन यांचे ते लेखक होते. त्यांच्या क्याप या कादंबरीला साहित्य अकादमी पुरस्कार मिळाला होता.

उत्तराखंडाची संस्कृती, परंपरा, जीवनशैली यांचे अगदी जवळून चित्रण व दर्शन घडविण्यासाठी शेखर जोशी या लेखकाचे नाव घेतले जाते. दाज्यू व कोसी का घटवार या त्यांच्या सुप्रसिद्ध कादंबऱ्या आहेत.

रमेश सिंग मतियानी शैलेश (१९३१-२००१) हे त्यांच्या लघुकथांसाठी नावाजले गेले होते. त्यांच्या गोष्टींमध्ये मध्यमवर्गीय किंवा त्याही खालच्या सामाजिक स्तरातील व्यक्तींचे अतिशय मार्मिक व हृदयंगम चित्रण दिसून येते. त्याचमुळे त्यांना जनकथाकार असे बिरुद प्राप्त झाले होते. त्यांच्या कथांमधील पात्रे ही खिसेकापू, भिकारी, भणंग, उचल्ये अशी सामान्य माणसे असत पण त्यांच्या आंतरिक जीवनातील माणुसकी व श्रद्धा असामान्य कोटीची असे. बरेच टीकाकार त्यांना प्रेमचंद यांच्या बरोबरीचे स्थान देतात. त्यांनी ३० कादंबऱ्या, लहान मुलांसाठी १६ पुस्तके, ७ लोककथा संग्रह, अनेक लघुकथा संग्रह आणि निबंध लिहिले. त्यांच्या रामकली व सूर्यस्थ कोसी या कादंबऱ्या आणि मैमूद, यादा कदा आणि अर्धांगिनी या कथा अतिशय लोकप्रिय झाल्या होत्या. कुमाउँ युनिव्हर्सिटी नैनितालने त्यांना मानद डी लिट ही पदवी १९९४ साली प्रदान केली होती.

मोहन उप्रेती (१९२८-१९९७) हे एक नाट्य दिग्दर्शक, नाटककार व संगीतकार होते व भारतीय रंगमंचावरील संगीताचे आद्य प्रणेते म्हणून ओळखले जातात. कुमाउँच्या लोकसंगीताला पुनर्जीवन देण्यात त्यांनी मोठी भूमिका बजावली होती. त्यांचे सर्वात लोकप्रिय गीत म्हणजे बेडु पाको, बारा मासा.

★★★

५. कलाप्रिय उत्तराखंड

उत्तरखंड प्रदेशाची स्वत:ची अशी एक कलेची गौरवशाली परंपरा आहे. यात चित्रकला, वास्तुकला, मूर्तीकला अशा निरनिराळ्या कलाप्रकारांचा समावेश होतो. या राज्याच्या कला परंपरेत कुमाउँ आणि गढवाल या दोन्ही प्रदेशांनी आपापले स्वतंत्र योगदान दिलेले आहे. ही कलेची परंपरा अतिशय पुरातन काळातील आहे. कुमाउँ मधील वास्तुकलेचा जो प्रकार आहे त्याला हिमाद्री शैलीची वास्तुकला असे म्हणतात. कुमाउँ भागात केलेल्या उत्खननात शिळांवर केलेली अनेक प्रागैतिहासिककालीन चित्रे सापडली आहेत. त्यापैकी लाखु उधियार व लवेथाप या ठिकाणची चित्रे विशेष उल्लेखनीय आहेत. जागेश्वर, अलमोडा, कटरमल थाल, बैजनाथ, सोमेश्वर, द्वारहाट, गेगोलीहाट, पाताल भुवनेश्वर, मरसोली या ठिकाणच्या देवालयांमध्ये स्थानिक शैलीचे नमुने पाहण्यास मिळतात, जे गुप्तकाळाच्या नंतरच्या वास्तुकलेचे निर्देशक आहेत.

कुमाउँच्या कलाविश्वात वास्तुकलेबरोबर एक विशिष्ट शैलीची मूर्तीकलाही दिसून येते. कमाउँमध्ये पहाडी कलम या प्रकारची हिमालयाच्या परिसरातील चित्रकलासुद्धा भरभराटीला आली. मुघली मिनिएचर किंवा लघुचित्रांच्या विशेष शैलीच्या चित्रकलेचे रूपांतर आता गढवाली चित्रकला शैलीमध्ये झाले आहे. याचे सर्वोत्तम नमुने गढवालमधील श्रीनगर येथील युनिव्हर्सिटी म्युझियममध्ये पाहण्यास मिळतात. त्याशिवाय पुरावस्तुसंशोधनात व जुन्या शिल्पकृतीतही आपल्याला ते सापडतात.

गढवाली चित्रकला ही पहाडी भागातील प्रसिद्ध चित्रकला आहे. गढवाली चित्रात उच्च कुळातील स्त्रियांच्या मस्तकावर चंदनाचे टिळे

गढवाली चित्रकला

लावलेले असतात. या शैलीचे दुसरे लक्षण असे, की वनाच्या नैसर्गिक देखाव्यात वृक्ष, लता, नदी यांचे चित्रण फार खुबीने केलेले असते. सर्वच पहाडी शैलींची निसर्गचित्रे नयनमनोहर असतात खरी; पण त्यातही गढवाली चित्रे अधिक रमणीय दिसतात. या चित्रांचा आणखी एक विशेष हा, की त्यात अलकनंदा नदी आणि नर-नारायण पर्वत यांचे चित्रण प्राय: सर्वत्र केलेले असते. इतर पहाडी चित्रकारांप्रमाणे गढवाली चित्रकारांनीही नायिकभेदावर आधारित अशी चित्रे तसेच दशावतार, रुक्मिणीहरण, अष्टभुजा व अष्टग्रह यांची चित्रे रेखाटलेली आहेत. गढवाली चित्रकारात मोलाराम हा सर्वश्रेष्ठ कलाकार असून त्याची कला गढवाली चित्रकलेचे प्रतीक मानले जाते. गढवाली कलाकारांनी संतांची आणि मोर, चकोर, सारस इत्यादी पक्षांची चित्रेही काढलेली आहेत.

उत्तरखंडातील लोककलेची परंपरासुद्धा पुष्कळ जुनी व सुप्रसिद्ध आहे. अर्पण या शब्दाचे अपभ्रष्ट रूप म्हणजे ऐपन असे समजले जाते. ऐपन किंवा अल्पना आणि पीठ हा कुमाउँच्या महिलांनी घराचे दरवाजे,

देवघर, चौक किंवा घरातील विशेष प्रसंगात वापरण्याची स्थाने सुशोभित करण्यासाठी वापरलेल्या चित्रकलेचा प्रकार आहे. कोणत्याही प्रसंगाची सुरुवात ऐपन सजावट किंवा आरास करून होते. यात स्वस्तिक, सरस्वती पीठ, शिव-शक्ती पीठ, विष्णू पीठ, बसुधारा असे विविध प्रकार आहेत. दिवाळीच्या वेळी लक्ष्मीची आत येणारी पावले काढण्याची प्रथा आहे. या साठी आसपास मिळणारी लाल माती व तांदुळाच्या पिठीचे द्रावण ही अतिशय स्वस्त सामग्री वापरली जाते. लाल पार्श्वभूमीवरील पांढऱ्या आकृती, असे या चित्रकलेचे सहज, सोपे रूप आहे. तरीही तिची आपली एक शिस्त आहे नियम आहेत. हाताच्या बोटांनी (बहुतेक वेळी फक्त करंगळीच्या सहाय्याने) ही चित्रकला सिद्ध होते. या चित्रकलेतील बिनचूकपणा, परिपूर्णता व सफाई एखाद्या कोरल ड्रॉ सॉफ्टवेअर वापरणाऱ्या आधुनिक तंत्रज्ञाला लाज आणेल अशी असते. घरोघरी आई मुलींना याचे शिक्षण लहानपणापासूनच देते. यामध्ये कोणतीही प्रसिद्धीची अपेक्षा नाही, कोणाचीही आर्थिक मदत किंवा स्पॉन्सरशिप नाही की मोबदला, पारितोषिक, कौतुक मिळण्याची शक्यता नाही. तरीही ही कलेची परंपरा पिढ्यानपिढ्या चालत आली आहे. यात बिंदू ऐपन, ज्योंती पट्टा, थापे, डिकारा असे विशेष प्रकार आहेत, जे विशेष प्रसंगी चितरले जातात. उत्तरखंडाच्या लोककलेचा अजून एक प्रकार म्हणजे भिंतीवरील चित्रे. त्याशिवाय मातीच्या मूर्ती (डिकारा), लोकरीचे विणकाम, लाकडातील कोरीव काम आणि सोने, चांदी, तांबे व पितळ अशा धातूंमधील कलाकुसरीने युक्त दागदागिने हे प्रकारसुद्धा येथील लोककलेचा भाग आहेत. यात हजारो वर्षांपूर्वीच्या डिझाइन्स किंवा रचना वापरल्या जातात.

उत्तराखंडातील चित्रकलेची व्याप्ती कुमाउँमधल्या महिलांच्या लोककलेपासून ते गढवाली मिनिएचर्सपर्यंत पसरलेली आहे. यातील लोककलेत ऐपन, जी पारंपारिक व प्रसंगनिष्ठ असते, आणि भिंतीवरील चित्रे जी घरांतून व देवालयांतून पाहण्यास मिळतात या दोन्हींचा समावेश होतो. गुरुद्वारा गुरू राम दाई आणि कर्नाल व सहरनपूर येथील राजमहालांतील भिंतीवरील चित्रे ही उत्तराखंडाच्या चित्रकलेच्या परंपरेचा उत्कृष्ट नमुना आहेत. चित्रकलेचा हा प्रकार आतापर्यंत बाहेरच्या जगात फारसा माहीत नव्हता. या कलेची परंपरा पुष्कळच जुनी आहे व या क्षेत्रातील जाणकारांना

आता याची महती पटली असून त्यातील सौंदर्यस्थळे व कलाकौशल्याचा अभ्यास देशविदेशातील कलाप्रिय लोक करू लागले आहेत.

उत्तराखंडातील मुघल मिनिएचर चित्रकला ही पंजाब व कांगडा चित्रशैलीच्या समकक्ष मानली जाते. मुघली चित्रशैलीचे मूळ हुमायून बादशाहाने दिल्लीहून केलेल्या पलायनात शोधले जाते. तो जेव्हा दिल्लीला परतला तेव्हा त्याने आपल्याबरोबर हिरात आणि पर्शिया येथील चित्रकार आणले. मुघल दरबारांचे वैभव या चित्रकारांनी त्यांच्या कलेच्या माध्यमातून अमर करावे अशी त्याची इच्छा होती. त्याच्या नंतर मुलगा अकबर राज्यावर बसला. तोही कलाप्रिय होता व त्याच्या कारकिर्दीत मुघल मिनिएचर चित्रकला कळसाला पोहोचली. उत्तराखंडातील मिनिएचर्स ही त्या मानाने अलीकडची आहेत.

मुघली शहजादा सुलैमान सुखो या प्रदेशात काही काळ हद्दपार अवस्थेत होता तेव्हा त्याच्याबरोबर काही चित्रकारही होते. हिमालयाच्या कुशीतील या निसर्गरम्य प्रदेशात चित्रकारांनी शहजाद्याचे मन रिझवण्यासाठी पुष्कळ निसर्गचित्रे काढली. या परंपरेतून सध्याच्या गढवाली मिनिएचर्स प्रकारच्या चित्रकला शैलीला प्रेरणा मिळाली आहे. आता ही शैली अतिशय उच्च स्तराची मानली जाते व लोकप्रियतेच्या शिखरावर आहे.

लाकडातील कोरीव काम किंवा कलाकृतीचे वेगवेगळे प्रकार येथे पहायला मिळतात. पहिला प्रकार म्हणजे लाकडापासून बनवलेल्या वस्तू किंवा शो पीसेस जे दिवाणखान्यात ठेवता येतात किंवा भिंतीवर लटकवता येतात. दुसरा प्रकार म्हणजे लाकडाच्या मोठ्या मूर्ती किंवा पुतळे. सध्या उत्तराखंडातील मोठमोठ्या मॉल्स मध्ये अशा मूर्ती विकायला ठेवलेल्या असतात व देशविदेशातील पर्यटकांची त्या घेण्यासाठी जोरदार मागणी आहे.

स्थानिक कलेचा एक प्रमुख प्रकार म्हणजे लाकडातील कोरीव काम. उत्तराखंडातील देवळातून अलंकारिक पद्धतीने सुशोभित केलेली छते, खांब, खिडक्या व देवदेवतांच्या मूर्ती यांच्यामध्ये लाकडात कोरलेली पाने, फुले आणि अन्य कलापूर्ण आकृत्या यांच्यामधून आपल्याला हे पहायला मिळते. अतिशय सुंदर अशी भित्तीचित्रे व चित्रकलेचे नमुने आपल्याला देवळातच नाही तर जुन्या घरातूनही बघायला मिळतात.

सतराव्या शतकापासून एकोणीसाव्या शतकापर्यंत पहाडी चित्रकला या प्रदेशात बहराला आली. मोलाराम यांनी चित्रकलेच्या कांगडा प्रणालीची गढवाल शाखा प्रस्थापित केली. हरीपुर गुलेर कांगडा चित्रकलेचे जन्मस्थान मानले जाते. गढवाली, चित्रकला निसर्गाच्या चित्रणासाठी अधिक प्रसिद्ध आहे, तर कुमाउँच्या चित्रकलेत भौमितिक रेखाटन जास्त दिसून येते. चौरस, त्रिकोण, षटकोन यांच्या सुंदर रचनेतून त्यांच्या कलाकृती निर्माण केलेल्या असतात. उत्तराखंडातील अन्य कलांमध्ये हाताने बनविलेल्या सोन्याच्या दागदागिन्यांचा समावेश होतो. उत्तराखंडातील भोतिया लोक लोकरीच्या शाली, गळपट्टे, घोंगड्या, कांबळी वगैरे बनवतात. वेताच्या टोपल्यांचा उद्योगही इकडे बऱ्याच प्रमाणात चालतो.

नृत्यकला

गढवाल भागातील लोकनृत्यांमध्ये झुमैलो, चौफुला, झोपत्ती, तांदी, थाड्या, लामण, जागर इत्यादी लोकनृत्ये प्रसिद्ध आहेत. यांची लोकगीतेही

आहेत. या नृत्यांना ढोल, रौटी, डौर व काशाची थाळी या वाद्यांची साथ असते.

डेहराडूनकडील जौलसरबावर भागात धार्मिक व सामाजिक उत्सवाच्या वेळी बरबी नटी नावाचे नृत्य करतात. स्त्री-पुरुष नर्तक भडक पोशाख करतात आणि वेगवेगळ्या अर्धगोलाकार रचनेत उभे राहतात. सवाल-जबाबासारखी गीते गात नाचतात. नृत्याची गती वाढत जाते, त्या वेळी बोटावर परात फिरवून आपले कौशल्य व्यक्त करतात. तिथोरागढ भागात विजय नृत्य करतात. जत्रेच्या वेळी वीरांची आठवण म्हणून हे नृत्य असते. सुरुवातीला हातात ढाल तलवार घेऊन नर्तक पुढे येतात. तलवारीचे हात करून दाखवतात. ढोल, ढाल, तुतारी, नवशिंग इत्यादी वाद्ये या नृत्याच्या साथीला असतात.

या प्रदेशातील नृत्ये जीवन आणि मानवी अस्तित्वाशी निगडीत आहेत व त्यातून विविध मानवी भावनांचा अविष्कार बघायला मिळतो. लंगवीर नृत्य हा पुरुषांनी करण्याचा नृत्यप्रकार त्यातील कसरतीच्या कौशल्यामुळे डोळ्यात भरतो. बराडा नाटी हा देहरादूनचा सुप्रसिद्ध नृत्यप्रकार धार्मिक उत्सवातून पहावयास मिळतो. हुडका बौल, झुमैला आणि छोलिया हे नाचाचे इतर प्रकार आहेत. संगीत हे उत्तरखंडाच्या संस्कृतीचे विशेष अंग आहे. यातील लोकसंगीताची उदाहरणे द्यायची झाली तर मंगल, बसंती, खुदेद आणि छापोटी यांचा खास उल्लेख करावा लागेल. या लोकसंगीताला साथ देण्यासाठी ढोल, दमौन, तुर्री, रणशिंग, ढोलकी, दौर, थाळी, भंकोरा, मंजन आणि मसकबाजा वगैरे वाद्यांचा उपयोग केला जातो. परमेश्वराला आळवण्यासाठीही संगीताची साथ घेतली जाते. जागर नावाच्या भुतांच्या प्रार्थनेत जगरिया देवांच्या स्तुतीपर पोवाडा म्हणतो. महाभारत व रामायणातील प्रसंगांची उजळणी यात केली जाते व देवाच्या पराक्रमांची गाथा गाण्यातून कथित केली जाते. नरेंद्र सिंग नेगी हे या भागातील लोकप्रिय गायक आहेत.

पांडव नृत्य

हा गढवाली नृत्यप्रकारातील एक सुप्रसिद्ध नृत्यप्रकार आहे. हे नृत्य छमोली व पौली गढवाल या जिल्ह्यांमध्ये अधिक प्रमाणात प्रचलित आहे. या नृत्यप्रकाराचे मूळ जेव्हा पांडव उत्तराखंडावर राज्य करीत होते

त्या काळापर्यंत मागे नेण्यात येते. या राज्यातील दसरा व दिवाळी हे सण या नृत्याविषकाराशिवाय साजरे होऊच शकत नाहीत असे म्हणणे वावगे होणार नाही. शौका, बनराजी, थरू आणि बोकसा जमातींची स्वत:ची लोकगीते व नृत्ये आहेत. छोलिया किंवा छलरिया हा नृत्यप्रकार या प्रदेशातील लढवय्याचे नृत्य आहे. जत्रेत किंवा विशेष प्रसंगी ही नृत्ये किंवा गीते सादर केली जातात.

बाजुबंद

बाजुबंद हा लोकगीताचा एक कर्णमधुर प्रकार आहे. उत्तराखंडातल्या धनगर लोकांच्या प्रेमकहाण्यांचे व प्रियतमेसाठी केलेल्या बलिदानाचे वर्णन यात असते. हा प्रेमी युगलामधला एक गोड काव्यमय संवाद असतो. लोकसंगीताचा हा प्रकार सणासुदीला किंवा विशेष प्रसंगी गायला जातो. प्रियतमेकडे प्रेमयाचना करण्यासाठीपण ही गीते आळवली जातात. बसंती हा उत्तराखंडातील लोकगीतांचा अतिशय लोकप्रिय प्रकार आहे. वसंत ऋतूच्या आगमनाने जेव्हा सगळीकडे नवी पालवी फुटलेली असते, झाडाझुडपांवर रंगीबेरंगी फुले उमललेली असतात व निसर्ग सौंदर्याने नाहून गेलेला असतो, तेव्हा त्याच्या स्वागतासाठी, कौतुकासाठी हिमालयाच्या कुशीत विसावलेल्या सर्व प्रजाजनांची बसंती गाण्याची प्रथा आहे.

छोपाटी हा लोकगीतांचा प्रकार म्हणजे बायका व पुरुषांतील सवाल जबाब असतात. प्रिय व्यक्तीला आपल्या मनात दडलेले सर्व मोकळेपणे पण अलंकारिक भाषेत सांगण्यासाठीच हा शृंगारिक संवाद साधला जातो. तेहरी गढवाल भागातील रवैन जौनपूर येथील आदीवासी लोकांत ही लोकगीते अतिशय लोकप्रिय आहेत. या कर्णमधुर गीतांबरोबर वेगवेगळी तालवाद्ये व तंतुवाद्ये वाजवली जातात.

छुरा हा पण उत्तराखंडातील धनगर समाजात गायला जाणारा लोकगीताचा प्रकार आहे. शेळ्या-मेढ्या चारून मिळालेल्या अनुभवांचे बोल एक वृद्ध धनगर त्याच्या पुढील पिढीतल्या तरुण मुलांना सांगत आहे, अशी यातील गीतरचना असते. यात आजोबांनी नातवाला जगात कसे वागावे (आणि वागू नये) याचा उपदेश केलेला असतो. अत्यंत खोल अर्थाने परिपूर्ण असे जीवनाचे सार यात दडलेले असते.

छौनफुला हा लोकगीताचा प्रकार निसर्गाचा ठेवा जपून ठेवण्याचा

संदेश देतो. या सोबत आदीवासी स्त्रिया छौनफुला नृत्याचा आविष्कार पण करतात. विशेषकरून वसंतपंचमी, बैसाखी, संक्रांत अशा सणाच्या वेळी ही नृत्ये व लोकगीते सादर करण्याची प्रथा आहे.

जागर

हिमालयाच्या पायथ्याच्या सर्वच प्रदेशात कोणत्याही देवीदेवतेच्या पूजेच्या वेळी म्हणण्यात येणारी भजनपर किंवा आरतीवजा गीते खूपच लोकप्रिय आहेत. काही गाण्यात भक्तीभाव असतो तर काहींमध्ये भुताखेतांना पळवून लावण्यासाठीच्या मंत्र-तंत्राचा समावेश असतो. असाच एक गाण्याचा प्रकार म्हणजे जागर.

देवीदेवता व भूतप्रेतांसाठी जवळपास ५० जागर उत्तराखंडात प्रचलित आहेत. गंगानाथ, भोलानाथ व गोरिला हे उत्तराखंडातील सर्वात लोकप्रिय जागर आहेत.

झुमैला

झुमैला लोकगीतांबरोबर झुमैला नृत्यपण सादर केले जाते. बहुतेक वेळी स्त्रिया यात भाग घेतात पण कधीकधी पुरुष सुद्धा यात सहभाग घेतात. निसर्गाने आपल्याला इतके काही उदारपणे दिले आहे त्याचे उपकार मानण्यासाठी गायलेली स्तुतीपर गीते म्हणजे झुमैला. निसर्गाशी निगडित कोणत्याही सणाच्या किंवा उत्सवाच्या वेळी ही गीते गाण्याची प्रथा आहे. लहान मुले रंगीबेरंगी कपडे घालून या आनंदात सहभागी होतात.

खुदेद

हे उत्तराखंडातील रोजगारीसाठी परदेशी गेलेल्या पतींपासून दूर असलेल्या एका पत्नीचे अतिशय सुप्रसिद्ध विरहगीत आहे. हे गीत अतिशय दर्दभरे व भावस्पर्शी आहे. यात गरीब कुटुंबातील अडचणी व आर्थिक समस्यांचे फारच करूण वर्णन आहे.

मंगल हे गढवालच्या लग्नप्रसंगातील लोकगीत आहे. लग्नाच्या वेळी ब्राह्मण जे मंत्र म्हणतात त्यासोबत गायचे हे गीत असून त्यात नवदांपत्याच्या पुढील संसारासाठी मंगल व शुभ्र अशा भावना व्यक्त केलेल्या आहेत. मंगल या शब्दाचा भाव या गीताद्वारे प्रकट केला जातो व हजारो वर्षांपासून चालत आलेल्या लग्नविधीच्या मंगलाष्टकांची अभिव्यक्ती स्थानिक

बालेश्वर मंदिर

भाषेत दिसून येते.

शिल्पकला

उत्तराखंडातील शिल्पकला ही मुख्यत्वेकरून येथील मंदिरात पहायला मिळते. पूर्वीचे राजे महाराजे या शिल्पकलेला मोठ्या प्रमाणात प्रोत्साहन देत असत. कत्युरी, चांद, पवार या राजवंशांनी शिल्पकलेला मोठ्या प्रमाणात राजाश्रय दिला होता. मंदिरातील शिल्पे व मूर्ती यामधील कलाकुसर अतिशय नाजुक व अलंकारिक आहे परंतु त्याचबरोबर भव्यपण आहे. बालेश्वर, केदारनाथ, जगेश्वर, बागेश्वर, पंचकेदार, आणि अलमोडा येथील मंदिरात शिल्पकलेचे असाधारण आविष्कार पहाण्यास मिळतात.

बालेश्वर मंदिर हे दाक्षिणात्य वास्तुकलेचा नमुना आहे. चांद राजघराण्याचा पहिला राजा सोमचंद याच्या कारकिर्दीत दहाव्या शतकात हे मंदिर बांधले गेले. सतराव्या शतकाच्या सुरुवातीला मुघलांनी चंपावत काबीज केले व बालेश्वर मंदिराचा विध्वंस केला. मंदिराचे जे अवशेष सापडतात त्यावरून असे कळते की, येथे पूर्वी बालेश्वर, रत्नेश्वर आणि चंपावती दुर्गा अशा तीन देवतांची मंदिरे होती. कमानी असलेल्या

खिडक्या, एका गाभाऱ्याचे छत व एक नक्षीदार मंडप यांची जी छायाचित्रे गुगलवर पाहण्यास मिळतात, त्यावरून त्यातील कलाकुसरीचा अंदाज येतो. शिव पार्वती, चंपावती यांच्या मूर्ती, भिंतीवरील कोरीव हत्ती या सर्वांवरून या मंदिराच्या भव्यतेची कल्पना करता येते.

वास्तुकला

उत्तराखंडात अनेक तीर्थक्षेत्रे व यात्रास्थाने आहेत. येथील देवळांतून वास्तुकलेचे सुंदर नमुने पाहण्यास मिळतात. केदारनाथ, बद्रीनाथ, तुंगनाथ, मदमहेश्वर या सुप्रसिद्ध देवळांची थोडी माहिती आपण घेऊ या.

केदारनाथ मंदिर

बारा ज्योतिर्लिंगापैकी सर्वांत पवित्र मानले जाणारे व सर्वाधिक उंचीवर (समुद्रसपाटीपासून ११,७५५ फूट) असलेले हे स्थान आहे. बर्फाच्छादित पर्वतरांगेशी काटकोनात असलेल्या कड्यावरील या मंदिराची पुन:स्थापना आदी शंकराचार्यांनी आठव्या शतकात केली होती. याच्या जवळच पांडवांनी बांधलेले अतिप्राचीन मंदिर होते. आदी शंकराचार्यांनी

केदारनाथ मंदीर येथील नंदी

या मंदिराच्या जवळच महासमाधी घेतली होती. तेथे त्यांचे समाधी मंदीरदेखील आहे. जवळूनच मंदाकिनी नदी वाहते आहे. भगवान शंकर स्वत:ची शांत व रौद्र अशी दोन्ही रूपे येथील निसर्गाच्या द्वारे आपल्याला दाखवित असल्याचा साक्षात्कार आपल्याला येथे घडतो. सध्याच्या मंदिराची बांधणी व वास्तुकला भव्य आहे. सभामंडपाच्या भिंतींच्या आतल्या भागावर निरनिराळ्या देवी देवता आणि पौराणिक घटना कोरलेल्या आहेत. मंदिराच्या बाहेरच्या भागात नंदीची विशाल मूर्ती आहे. या नंदीच्या मूर्तीचा दगड तेजस्वी काळ्या रंगाचा आहे. इतक्या विशाल मूर्तीसाठी लागणारी शिला त्या प्राचीन काळात इतक्या उंचीवर कशी आणली हे एक आश्चर्यच आहे. गाभाऱ्यामध्ये शिवलिंग आहे ज्याचा आकार त्रिकोणी शंकूसारखा आहे.

या शिवलिंगाच्या संबंधात पांडवांशी निगडित एक कथा प्रसिद्ध आहे. महाभारताच्या युद्धात पांडवांच्या हातून आपल्या गुरू व आप्तेष्टांची हत्या झाली होती. त्यामुळे झालेल्या पापाच्या क्षालनासाठी त्यांनी व्यासमुनिंच्या सांगण्यावरून तीर्थयात्रा केली. काशीविश्वेश्वराच्या देवळात त्यांना भगवान शंकराचे दर्शन झाले नाही. शंकर कैलासाला निघून गेल्याचे समजल्यावर पांडवांनी त्यांचा शोध घ्यायला सुरुवात केली. हरिद्वार मार्गे हिमालयात पोहोचताना त्यांना एका ठिकाणी दुरूनच शंकराचे दर्शन घडले, पण जवळ गेल्यावर त्यांना महादेव भेटला नाही. त्यामुळे त्या जागेला (रूद्रप्रयाग) गुप्त काशी असे नाव धर्मराजाने दिले. पुढे पांडव शंकराचा शोध घेत हिमालयाच्या दऱ्याखोऱ्यात हिंडता हिंडता गौरीकुंड येथे पोहोचले. तेथे नकुल व सहदेवांच्या दृष्टीस एक रेडा (महीष) पडला जो दिसण्यास जरा विचित्र होता. भीम त्याची गदा घेऊन त्या महिषाच्या मागे गेला, पण तो त्याला पकडू शकला नाही. भीमाने त्याच्यावर कसा बसा एक गदेचा प्रहार केला, तर त्याने आपले तोंड जमिनीत खुपसले. भीमाने त्याची शेपटी धरून त्याला खेचायला सुरुवात केली. त्या महिषाने विशाल रूप धारण केले व त्याच्या मस्तकाचा भाग नेपाळमध्ये गेला व वशिंडाचा भाग केदारमध्ये राहिला. त्याचे बाहु तुंगनाथ येथे, नाभी व पोटाचा मध्यमहेश्वर येथे, तर जटा कल्पेश्वर येथे गेल्या. मस्तकाचा भाग नेपाळमधील भक्तपूर येथील डोलेश्वर महादेव या क्षेत्री आहे. या पाचही

स्थानांवर पांडवांनी मंदिरे स्थापन केली जी पंचकेदार म्हणून ओळखली जातात. वशिंडाच्या भागी एका ज्योतिर्लिंगाद्वारे भगवान शंकर प्रकटले आणि त्यांच्या दर्शनाने पांडवांचे पापक्षालन झाले. अशा रीतीने केदारनाथाच्या गाभाऱ्यात त्रिकोणाकृती शिवलिंगाची स्थापना झाली.

केदारनाथाच्या आसपासच्या परिसरात पांडवांशी निगडित बऱ्याच खाणाखुणा सापडतात. पांडुकेश्वर येथे राजा पांडु यांचा मृत्यू झाला होता. येथील आदीवासी लोक पांडवनृत्य नावाचा नाच करतात. जेथून पांडवांनी स्वर्गलोकात प्रवेश केला तो स्वर्गरोहिणी पर्वत बद्रीनाथच्या जवळच आहे. स्वर्गारोहणाच्या वेळी धर्मराजाचे एक बोट गळून पडले अशी आख्यायिका आहे. त्या ठिकाणी आंगठ्याच्या आकाराचे एक शिवलिंग धर्मराजाने स्थापले आहे. भीमाने महिष स्वरूपातल्या शंकराशी लढाई केली याचा त्याला फारच पश्चात्ताप झाला व त्यामुळे त्याने देवाचे शरीर तुपाने रगडायला सुरुवात केली. त्याची आठवण म्हणून आजही या त्रिकोणी शिवलिंगाला तुपाने मर्दन केले जाते. येथे पूजेसाठी बेल व जल

तुंगनाथ मंदिर

यांचा उपयोग केला जातो.

भाविकांची अशी श्रद्धा आहे की केदारेश्वरी भगवान शंकरांचा जागृत निवास असतो.

तुंगनाथ मंदिर

पंचकेदारांपैकी एक आणि जगातील सर्वाधिक उंचीवरचे (१२,०७३) शिवमंदीर म्हणून हे प्रसिद्ध आहे. मंदाकिनी व अलकनंदा नद्यांच्या खोऱ्यांचा समावेश तुंगनाथ पर्वतराईत होतो. तुंग या शब्दाचा अर्थ शिखर असा होतो. या मंदिराची स्थापना हजार वर्षांपूर्वी केल्याचे सांगितले जाते. केदारनाथासंबंधीच्या आख्यायिकेत शिवाच्या बाहूंच्या स्थानी या मंदिराची स्थापना पांडवांनी (अर्जुन) केल्याचे सांगितले आहेच. या मंदिराची वास्तूदेखील एका कड्यावरच आहे. याच्या घुमटावर सोळा दरवाजे आहेत. या मंदिराचे वैशिष्ट्य म्हणजे येथे शिवलिंगाच्या बरोबर वेद व्यास व कालभैरव यांच्याही मूर्ती आहेत.

प्रभु रामचंद्रांनी तुंगनाथ जवळच्या चंद्रशीला शिखरावर तपश्चर्या केली होती तसेच रावणानेही याच परिसरात शंकराची उपासना केली होती, अशी आख्यायिका आहे.

मध्यमहेश्वर मंदिर

चौखंबा शिखराच्या पायथ्याजवळ ३२८९ मीटर्स उंचीवरच्या या मंदिराची वास्तुकला उत्तम हिंदुस्थानी पद्धतीची आहे. आधी सांगितलेल्या आख्यायिकेप्रमाणे येथे शिवाच्या नाभीचा भाग येतो आणि त्यानुसार येथील शिवलिंग बेंबीच्या आकाराचे आहे. हे मंदीर भीमाने बांधले असे समजतात. या मंदिरात पार्वती व अर्धनारीनटेश्वर यांच्याही मूर्ती आहेत. बाहेरच्या बाजूला सरस्वती मंदीर आहे.

बद्रीनाथ मंदीर

हे विष्णुमंदीर पंधरा मीटर उंचीचे आहे. याची रचना शंकूच्या आकाराची आहे व वेदकाळाच्याही आधीपासून हे मंदीर अस्तित्वात होते असे मानले जाते.

उत्तराखंडातील सर्वच मंदिरांशी काही आख्यायिका निगडलेल्या आहेत व वास्तुकलेच्या बाबतीत त्यांची आगळी वेगळी शैली उल्लेखनीय आहे.

★★★

६. स्थलयात्रा

उत्तरखंडातील विविधढंगी संस्कृती व निरनिराळ्या जातीजमातींच्या मिश्रणामुळे येथे हिंदीबरोबर गढवाली, कुमाँवी, जौनसरी आणि भोतिया या भाषांमधील साहित्याची समृद्ध अशी परंपरा दिसून येते. पोवाडे किंवा शौर्यगाथांच्या स्वरूपातील अनेक लोककथा भटक्या जोगी किंवा बैराग्यांच्या माध्यमातून लोकप्रिय झाल्या व आता त्यांना हिंदी भाषेतील अभिजात साहित्याचा दर्जा प्राप्त झाला आहे. या प्रदेशातील श्रेष्ठ साहित्यिकांच्या यादीत गंगा प्रसाद विमल, मनोहर श्याम जोशी, शेखर जोशी, शैलेश मटियानी, मोहन उप्रेटी आणि ज्ञानपीठ पुरस्काराने गौरवलेले सुमित्रानंदन पंत यांचा समावेश होतो. उल्लेखनीय पर्यावरणवादी व तत्वचिंतक वंदना शिवसुद्धा उत्तराखंडातीलच आहेत.

शिवालिक पहाडावर वसलेले थंड हवेचे निसर्गरमणीय ठिकाण म्हणून डेहराडूनची ख्याती आहे. या ठिकाणी अनेक देशी, परदेशी

मसुरी

पर्यटक सहलीसाठी सतत येत असतात. येथे भारतीय वन महाविद्यालय आणि वन्य संशोधन शालाही आहे. चुनखडी आणि खनिज पदार्थ यांचे संशोधन केंद्रही तेथे आहे. शहतुतीची झाडे लावणे आणि त्यावर रेशमी किड्यांचे पालन-पोषण करणे हा धंदा येथे मोठ्या प्रमाणावर चालतो. डेहराडूनचा बासमती तांदळ प्रख्यात आहे. पहाडी फळेही तेथील बाजारात दिसतात. येथे अनेक प्रसिद्ध अशा शिक्षण-संस्थाही आहेत. अंध बालक-बालिकांच्यासाठी येथे प्रशिक्षणालय असून अंधांच्यासाठी ब्रेल लिपीची प्रेसही येथे आहे. राष्ट्रीय संरक्षण अकादमी येथे असून सैन्याचे अधिकारी येथे प्रशिक्षित केले जातात.

डेहराडूनपासून १५ मैल अंतरावरच 'मसुरी' हे अत्यंत निसर्गरमणीय ठिकाण आहे. हे ठिकाण सहलीसाठी आणि थंड हवेसाठी प्रसिद्ध असून अनेक हौशी प्रवासी येथे सतत येत असतात.

हरिद्वार

गंगा नदीच्या काठी हिमालयाच्या पायथ्याशी वसलेले हे एक प्रसिद्ध क्षेत्र आहे. भारतातून लक्षावधी यात्रेकरून येथे सतत येत असतात. गंगेच्या काठी 'हरिकी पौडी' नावाचे ठिकाण असून येथे भक्तजन गंगास्नान

करतात आणि गंगापूजनही करतात. हरिद्वाराचे प्राचीन नाव मायापुरी असे होते. शहरात यात्रिकांना उतरण्यासाठी मोठमोठ्या धर्मशाळा आणि विश्रामगृहे आहेत. सुंदर सुंदर पार्क, फुलबागा अशी सौंदर्यस्थळेही येथे तयार केलेली आहेत. गंगेच्या काठी सकाळ-संध्याकाळ लोकांची मोठी गर्दी उसळलेली असते. येथे एक विशाल ब्रह्मकुंड असून बारा वर्षातून एकदा कुंभमेळाही येथे भरतो. ब्रह्मकुंडाच्या मध्यभागी दोन मंदिरे आहेत. त्यांना गंगाजीची मंदिरे म्हणतात. येथे गंगेला बरेच घाट आहेत. गोघाट, कुशावर्तघाट, विष्णुघाट, गणेशघाट, श्रवणनाथघाट आणि सुभाषघाट हे प्रसिद्ध आहेत. श्रवणघाटाजवळच श्रवणनाथाचे मंदिर आहे. क्षेत्रात अनेक लहानमोठी मंदिरे आहेत. स्वामी श्रद्धानंदांनी स्थापन केलेले गुरूकुल येथे आहे.

कनखल

हे ठिकाण गंगेच्या काठी वसलेले आहे. येथे गंगेच्या धारेला 'नील धारा' असे म्हणतात. दक्षेश्वर महादेवाचे मंदिर येथे आहे. त्याच्याजवळ 'सतीसरोवर' आहे. श्रावण आणि भाद्रपद महिन्यात येथे मोठी यात्रा भरते. साधू-महंताचे येथे मोठमोठे मठ आणि आखाडे आहेत. कुंभमेळ्याच्या वेळी नागसाधू येथे जमा होतात. त्यांच्याजवळ किती तरी हत्ती असतात. उदासी, निर्मला, निर्वाणी व निरंजनी हे येथले चार आखाडे फार प्रसिद्ध आहेत. लक्षावधी रुपयांची त्यांची मालमत्ता आहे. कुंभमेळ्याचे वेळी येथूनच त्यांचे जुलूस-मिरवणुका निघतात. येथेही अनेक मंदिरे आहेत.

गंगोत्री

स्वामी रामतीर्थ मिशनच्या मार्फत येथे सेवाकार्य चालते. मिशनचे मोठे हॉस्पिटलही येथे आहे.

हृषीकेश

गंगेच्या किनारी हृषीकेश हे निसर्गरमणीय क्षेत्र आहे. येथेही अनेक मंदिरे आणि मठ आहेत. बाबा कालीकमलीवाले यांची धर्मशाळा येथे असून यात्रिकांची येथे सोय केलेली आहे. तेथील गीतामंदिर आणि गंगानदीवरील लक्ष्मणझूला प्रसिद्ध आहेत.

नैनिताल

मसुरी, डेहराडून या सौंदर्यस्थळाप्रमाणे नैनिताल हे देखील एक निसर्गरम्य असे थंड हवेचे ठिकाण आहे. उन्हाळ्याच्या दिवसात इंग्रज आपली राजधानी येथे आणत असत. ती परंपरा अजूनही चालूच आहे. येथे उत्कृष्ट अशी पब्लिक स्कूल्स आहेत. बागबगीचे आणि पिकनिक स्पॉट आहेत. उन्हाळ्याच्या दिवसात आणि शरदऋतू अनेक पर्यटक या

ठिकाणी येत असतात.

गंगोत्री

उत्तर प्रदेशातील तेहरी गढवालमधील हे एक क्षेत्र आहे. हे स्थान हिमालयात असून येथे एक गंगामंदिर आहे. इथली गंगामूर्ती शंकराचार्यांनी स्थापन केली, असे सांगतात. या मंदिराशेजारी भैरवनाथाचे मंदिर आहे. हे भगीरथाचे तपश्चर्येचे ठिकाण म्हणून प्रसिद्ध आहे, ज्या शिलेवर बसून भगीरथाने तप केले, ती शिला भगीरथशिला या नावाने प्रसिद्ध आहे. यात्रेकरू या शिलेवर पिंडदान करतात. गंगोत्रीत सूर्य, विष्णू, ब्रह्मा इत्यादी देवांची कुंडे आहेत. भगीरथशिलेच्या जवळच रुद्रशिला आहे. याच शिळेवर उभे राहून शिवाने गंगेचा प्रवाह आपल्या मस्तकी धारण केला होता, असे सांगतात. जवळच केदारगंगा ही नदी गंगेला मिळाली आहे. गंगोत्री हे गंगेच्या उगमाचे स्थान मानले जात असले तरी गंगेचा खरा उगम गंगोत्रीच्यावर १८ मैलांवर आहे. तिथे श्रीमुख नावाच्या पर्वतात गोमुखाच्या आकाराचा एक खडक आहे. त्यातून गंगा नदी अवतीर्ण होते. या स्थानाला 'गंगोद्‌भेतदतीर्थ' असतात. गंगोत्रीला वर्षातून

हरिद्वार येथील कुंभमेळा

हेमकुंड हे शीख लोकांचे प्रमुख तीर्थक्षेत्र

सहा महिने यात्रा चालते. कार्तिकात तेथे बर्फ पडू लागते, तेव्हा कार्तिक पौर्णिमेला गंगाद्वार बंद होते. मग तिथले पंड्ये गंगेची मूर्ती घेऊन खाली सुमारे चौदा मैल असलेल्या मार्कंडेय क्षेत्रात येतात. उरलेले सहा महिने गंगेची पूजाअर्चा तेथेच चालते. उन्हाळ्यात वैशाख महिन्यात अक्षय्यतृतीयेला पुनश्च ती मूर्ती गंगोत्रीला नेऊन गंगाद्वार उघडतात.

या काही प्रमुख स्थळांव्यतिरिक्त उत्तराखंडात अल्मोडा, भूवाली, तेहरी गढवाल, सहारनपूर, बद्रिनाथ, केदारनाथ, जोशीमठ, रानीखेत, बिजनौर,

उत्तराखंड हा हिमालयातच वसलेला प्रदेश असल्यामुळे येथे पर्यटन स्थळे भरपूर आहेत. पुरातन मंदिरे, राष्ट्रीय उद्याने, थंड हवेची ठिकाणे, ट्रेकिंग व पर्वतारोहणासाठीची स्थाने यांना भेट देण्यासाठी देशविदेशातून भरपूर संख्येने पर्यटक, भाविक, यात्रेकरू, साहसपटू इकडे येतात. या राज्यात ४४ राष्ट्रीय संरक्षित स्मारके आहेत. जागतिक वारश्याच्या वास्तूंच्या तात्पुरत्या यादीत ओक ग्रोव्ह स्कूलचे नाव समाविष्ट केले गेले आहे. गंगा

व यमुना या हिंदू धर्मात पवित्र मानल्या जाणाऱ्या नद्यांचा उगम याच प्रांतात होतो.

उत्तराखंडाला देवभूमी असे पूर्वीपासूनच म्हटले जाते. गंगोत्री, यमुनोत्री, केदारनाथ, बद्रीनाथ, हरिद्वार, ऋषिकेश, अशी हिंदूंची पावन तीर्थस्थाने या राज्यात असल्यामुळे प्रचंड मोठ्या संख्येने येथे येण्याची भाविक यात्रेकरूंची हजारो वर्षांपासूनची परंपरा आहे. हरिद्वारला कुंभमेळा भरतो तर ऋषिकेशला योगसाधनेसाठी मोठ्या संख्येने आश्रम, मठ आणि गुरुकुले आहेत. पुराणकालातील ऋषीमुनींच्या दंतकथांशी निगडित असलेली अनेक देवळे तीर्थस्थाने येथे आहेत. तथापि, उत्तराखंड हे केवळ हिंदूसाठीच पवित्र क्षेत्र नाही. येथे हिमालयाच्या कुशीत हेमकुंड हे शीख लोकांचे प्रमुख तीर्थक्षेत्र वसलेले आहे. देहरादूनच्या नैऋत्येला मिंड्रोलिंग मठ आणि तेथील बौद्ध स्तूप यांचा जीर्णोद्धार झाल्यापासून तिबेटन बौद्ध धर्माचे अस्तित्वही येथे जाणवू लागले आहे. हा स्तूप जगातील सर्वात उंच स्थानचा स्तूप आहे, असे त्याचे वर्णन केले जाते.

भारतातील सर्वात प्रसिद्ध थंड हवेची ठिकाणे या प्रांतात आहेत. उदाहरणार्थ मसूरी, नैनिताल, धनौलती, लॅन्सडाउन, सट्टल, अलमोरा, कौसानी, भीमताल, राणीखेत. या प्रदेशात १२ नॅशनल पार्क्स व

जिम कॉर्बेट नॅशनल पार्क

अभयारण्ये आहेत. जिम कॉर्बेट नॅशनल पार्कमधील वाघ प्रकल्पामुळे (प्रोजेक्ट टायगर) भारतातील वाघांच्या कमी होणाऱ्या संख्येला आळा बसून हळूहळू त्यांची संख्या वाढीस लागली आहे. हिमाच्छादित पर्वतराईच्या पार्श्वभूमीवरील वसुंधरा फॉल्स या बद्रीनाथजवळील धबधब्यात पाणी ४०० फुटावरून खाली कोसळते.

हल्ली लोकप्रिय झालेला पर्यटनाचा प्रकार म्हणजे ॲडव्हेंचर टूरिझम या साठी उत्तराखंड एकदम आदर्श आहे. ऋषिकेश येथील व्हाईटवॉटर रॅफ्टिंगची ओढ बऱ्याच देशी व विदेशी पर्यटकांना आकर्षित करते. त्याशिवाय ट्रेकिंग, कॅंपिंग, स्किइंग, गिर्यारोहण, पॅराग्लायडिंग वगैरे चित्तवेधक पर्यायही पर्यटकांना इकडे खेचतात. रूपकंड हे हल्ली ट्रेकिंगसाठी फारच लोकप्रिय स्थळ झाले आहे. नयनरम्य अशा बुग्याल म्हणजे गवताच्या कुराणातून तिकडे जाणारा ट्रेकिंगचा रस्ता, तेथील एका तलावात सापडलेल्या गूढ आणि चित्तथरारक सांगड्यासंबंधी नॅशनल जिऑग्राफिक वाहिनीवर नुकताच प्रसिद्ध झालेला माहितपटापुढे यामुळे पर्यटकांची इकडे नुसती रीघ लागलली असते.

★★★

७. उत्तराखंडातील लोकसाहित्य

कुमाऊंनी भाषेत देवदेवता, भूतप्रेत इत्यादींवर रचलेल्या गाथांना 'जागर' असे म्हणतात, तर त्यांच्या श्रमगीतांना 'हुडकिया' असे म्हणतात. वनगीतांना 'न्योलीगीते' असे म्हणतात तर निरनिराळ्या महिन्यांवरच्या गीतांना 'बारमासी' म्हणतात.

गढवाली भाषेतल्या लोकगीतांमध्ये 'छोपती', 'लामण', 'छूडे', 'बाजूबंद', 'झुमैलो', 'चौफुला', 'तांदी', 'थाड्या' इत्यादी बरेच प्रकार आहेत.

एक गूढवाली लोकगीतामधील 'मलेथ' नावाच्या गावाचे हे चित्र किती सुंदर आहे-

कैसा न भंडारी तेरा मलेथ?
देखो मालो ऐन सैबो मेरा मलेथ
ढलकदी गूल मेरा मलेथ
गाऊँ मुङको घर मेरा मलेथ
पालंगा की बाड़ी मेरा मलेथ
लासण की क्यारी मेरा मलेथ
गाइयों को गोठ्यार मेरा मलेथ
भैसों की खुरीक मेरा मलेथ
बाँदू का लड़ाका मेरा मलेथ
भैखू का ढसाका मेरा मलेथ

- अरे भंडारी, तुझे मलेथ गाव आहे तरी कसे?... साहेबा, दिसायला देखणे आहे माझे मलेथ. वाहती जलधारा आहे. गावाच्या

कुशीत माझे घर आहे, पालकाची वाडी आहे, लहसनची बाग आहे, गाईचे गोठे आहेत, म्हशींची गर्दी आहे. युवतींच्या झुंडी आहेत आणि युवकांचा धक्कम धक्क...असे माझे मलेथ आहे!

कुमाऊँ लोककथा

कफूऽ कफूऽऽ

उत्तर प्रदेशाच्या पश्चिमोत्तर सीमेवर कुमाऊँ प्रदेश आहे. कुमाऊँचे प्राचीन नाव आहे कुर्माचल. कुर्माचलावर गंधर्व लोक राहत असत.

कुमाऊँ प्रदेशातल्या नागरी किंवा ग्रामीण, कुठल्याही माणसाला जर विचारलं की, 'तुझा आवडता पक्षी कोणता?' तर तो चटकन् सांगतो, 'कफू.'

फाल्गुन महिन्यात जवसाची पिवळी धम्मक शेतं जेव्हा वाऱ्याबरोबर सळसळत असतात, तेव्हाच 'कफूऽकफूऽऽ' असा आवाज झाडाझाडांवरून येत असतो. हा आर्त, प्रेमळ आवाज असतो कफू पक्षाचाच.

कफूजवळ कोकिळेची गोड तान नाही, की मिठूची मिठ्ठास बोली नाही. पण तरीही कुमाऊँ माणसांचा तो लाडका पक्षी आहे. कफूच्या 'कफूऽ कफूऽऽ' मध्ये जी एक गहिरी करुणा आहे, तीच मन हेलावून

सोडते. मन हेलावून जावं, अशीच त्यामागची कहाणी आहे. कुमाऊँत चैत्र-वैशाखाच्या दीर्घ रात्री म्हणजे कथा-कहाण्यांच्याच रात्री असतात. पोरंसोरं तर आपल्या आईचा घागरा धरून 'गोष्ट सांग, गोष्ट सांग' म्हणून दुपारपासून मागं लागतात. आईला कामं असतात पुष्कळ. ती का पोरांसोरांसारखी रिकामी असते? मग ती पोरांचा तगादा टाळायचा म्हणून सांगते.

'अरे गुलामांनो, आता दुपारची गोष्ट सांगत बसले, तर तिकडं गोष्टीच्या नादात तुमचा मामा वाट चुकेल की!'

पोरांना हेही व्हायला नको असतं. ती कशीबशी दुपार काढतात. पण संध्याकाळ झाली रे झाली, की आईचा घागरा पकडून तगादा लावतात, 'आई, गोष्ट सांग! गोष्ट सांग!'

तशाच चैत्र-वैशाखाचा महिना 'कफूऽकफूऽऽ'ची धून लागलेली...गोष्ट सुरू होते.

गोष्ट आहे जुनी, पण मोठी गुणी. तर एका गावात दोन भाऊ राहत होते. एकाचं नाव होतं विदू रमौल नि दुसऱ्याचं नाव होतं सिदू रमौल. विदू रमौल व सिदू रमौल मोठे पहिलवान होते. ताकदवान होते. कुस्तीत त्यांना जोड नव्हती. जसे ताकदवान, तसेच बुद्धिवानही होते. मंत्र-तंत्र जाणत होते. यामुळे आपल्या भागाचे जणू राजेच होते!

विदू रमौल-सिदू रमौल दोघे भाऊ रस्त्यानं चालू लागले म्हणजे लोक म्हणत, 'चौसष्ट योगिनी त्यांच्यावर छाया धरून बरोबर फिरताहेत. त्यांच्या कंठात भैरवाचा हुंकार आहे. भूतपिशाच्चे त्यांच्या इशाऱ्यावर नाचताहेत.'

विदू-सिदूची हिम्मत मोठी, शक्ती मोठी. रणांगणाकडे निघाले, तर पृथ्वी डगमगते, आकाश थरथरते. हत्तीला ठोसा लगावला किंवा सिंहाला थापट मारली तर ते पाणी मागतील, असं बळ अंगात.

तर एकदा विदू आणि सिदू रमौल आपल्या खंडोगणती बकऱ्या घेऊन हिरव्या चाऱ्यासाठी कुरणाकडे निघाले. महिना दोन महिने असेच जंगला-जंगलातून भटकत राहिले.

भाऊ-भाऊ जंगलात गेल्यावर माघारी घरी दोघांच्या बायका, शंभर वर्षांचा म्हातारा बाप-त्याचं नाव गागूँ रमौल आणि पाच महिन्यांचा विदूचा बच्चा एवढी माणसं राहिली होती. सुखानं जगत होती.

परंतु बलवंतांनाही शत्रू असतात. त्यांच्याशी इर्ष्या करणारे, त्यांचे भले न बघणारे, मत्सरी, द्वेषी लोक असतात. कालू पहिलवान असाच एक हलक्या मनाचा माणूस होता. रमौलांचा तो जानी दुश्मन होता. मालदेशाचा मोठा पहिलवान म्हणून कालू प्रसिद्ध होता, पण रमौल बंधूंनी त्याला एकदा युद्धात पराभूत केले होते. त्याचे नाक कापले होते आणि तेव्हापासून तो रमौलाचा सूड घ्यायची संधी शोधत होता.

विदू-सिदू रमौल जंगलात गेल्याचे कल्यावर कालूने या संधीचा फायदा घ्यायचे ठरवले. कालूने आपले सैन्य तयार केले आणि ते घेऊन तो रमौलांच्या देशाकडे निघाला.

कालू पहिलवानही प्रचंड बलशाली होता. पोलादासारखे त्याचे शरीर बळकट होते. त्याच्या घोड्याच्या टापांनी धरती दणाणली, दिशा कोंदल्या.

मजल दर मजल करीत एके रात्री कालू पहिलवान रमौलांच्या गावाबाहेर येऊन पोहोचला. चोहोबाजूला रमौलांची बासमती तांदळाची हिरवीगार शेती डोलत होती. पाण्याचे पाट वाहत होते. कालूने आपला डेरा गावाबाहेरच टाकला. गावातला रमौलांचा चिरेबंदी भव्य वाडा चांदण्यात कालूला तिथूनही दिसत होता. तो दिसताच हाताच्या मुठी वळून, दात-ओठ खात तो म्हणाला, 'उद्या रमौलाच्या बायकोची अब्रू लुटल्याशिवाय राहणार नाही, पठ्ठ्या!'

पहाट झाली. गाव उठले. विदूची बायको कासंडी घेऊन म्हशीची धार काढायला म्हणून गोठ्यात गेली. तिथून तिला गावाबाहेरच्या राहुट्या दिसल्या. वेगळ्या माणसांची हालचाल दिसली. आपल्या भाताच्या हिरव्यागार पिकात घोडीच घोडी चरताना तिने पाहिली. ती मनात चरकली. तशीच लगबगीने घरी परतली.

सुनेची भयभीत मुद्रा पाहून म्हातारा सासरा म्हणाला, 'बहू, काय झालं?'

'काय व्हायचं राहिलंय, मामांजी? ज्या शेतात उद्या बासमतीचा ढीग लागायचा, तिथं आज घोड्यांची लीद पडली आहे. सारं पीक फस्त झालंय.'

'असं? कुणी? कुठं?'

‘मामंजी, कालू पहिलवानानं डाव साधलाय. तरी मी त्यांना सांगत होते की, परदेशी जाऊ नका म्हणून. वैरी टपलेलाच असतो. आता काय होणार? माझ्या रतनीचं कसं होणार?’ आपलं पाच महिन्यांचं मूल छातीशी धरून सून रडायला लागली.

शंभर वर्षांचा गागूँ रमौल उठला. म्हणाला. ‘बहू, रमौलाच्या वीरपत्नीला असं रडणे शोभत नाही. घाबरतेस कशाला? अजून मी जिता आहे. जागता आहे. तुझ्या आणि रतनीच्या केसालाही धक्का लावायची कुणाची छाती नाही!’

‘मामांजी, शंभर वर्षे झाली वयाला. रमौलांच्या शूर घराण्याला साजेशी भाषा बोलतात; त्यानं धीर आला. पण कालू पहिलवानाशी का लढणार तुम्ही? कालूनं ठोकर मारली, तर पहाडही त्याला वाट देतो. आपण बुढे.’

‘शौर्य, पराक्रम कधी बुढा होत नसतो. बहु! मन लहान करू नकोस. आवर. लढता लढता मेलो, तर विदू-सिदू बदला घेतील.’

सकाळची उन्हं अजून पडली नव्हती, गागूँ रमौलने दोन्ही खांद्यावर दोन पडशा टाकल्या. नदीकिनारी गेला. तिथले गोटे पडशीत भरले. तसाच गावाबाहेर गेला. एका झाडावर चढला. फांद्यात दडून बसला. मग पडशीतला एकेक गोटा काढून त्यानं कालूचा एकेक सैनिक टिपायला सुरुवात केली. गोट्यांचा वर्षाव सुरू झाला, तसे कालूचे शिपाई घाबरून गेले. सैरवैरा धावू लागले. पुष्कळसे डोके फुटून चक्कर येऊन जमीनदोस्त झाले. कालूच्या छावणीत हाहा:कार माजला.

गोटे कोण मारतंय? कुठून मारतंय? काहीच कळेना बघता बघता कालूचे अर्धे-अधिक शिपाई निकामी झाले.

कालू पहिलवान संतापानं फुसफुसत शोध घेऊ लागला. पाहता पाहता त्याची गिधाडीची दृष्टी झाडांवर बसलेल्या गागूँवर खिळली. म्हातारा गागूँ गोटे हाणून हाणून दमला होता. थकला होता. धापा टाकीत होता. कालूने हातातला भाला नेम धरून फेकला. तो गागूँच्या धपापत्या छातीला रूतला. घायाळ पक्षासारखा गागूँ खाली धरतीवर येऊन आदळला. गागूँ वीर खरा!

पडता पडताही त्याने चार सहा गोटे भिरकावले. चार-सहाजणांचा

कपाळमोक्ष केला!

सासऱ्याला जाऊन बराच वेळ झाला, तशी सून घाबरी-घुबरी झाली. पाळण्यातल्या रतनी रमौलला कशी कुणास ठाऊक वाचा फुटली. तो म्हणाला,

'माँ, अजून कसे बूबू आजोबा आले नाहीत ग?'

'बेटा, माझ्या हातचा अखेरचा बासमती खाऊन आज तुझे बुबू आजोबा गेलेले दिसताहेत! अद्याप परतले नाहीत? रमौल कुळाचा सूर्य मावळला वाटतं?'

ते ऐकताच रतनी हुंकार भरून त्वेषाने उठला. म्हणाला, 'माँ, आधीच का नाही सांगितलंस मला? ज्यांनी माझ्या बूबूला मारलं, त्यांचा मी सत्यानाश केल्याशिवाय राहणार नाही.'

या अकस्मात उद्‌भवलेल्या प्रसंगाने रतनीची आई गडबडली. म्हणाली, 'माझ्या बाळा, अरे तू अन् किती लहान! तू अजून डोळे भरून हरळीदेखील पाहिलेली नाहीस. ऊन-वारा पाहिलेला नाहीस. तू काय करणार? मी नाही जाऊ देणार तुला!'

हे ऐकताच छोटा रतनी रमौल एकदम गरजला, 'माँ, अडवू नकोस मला; वैऱ्याचा नाश केल्याशिवाय पाणीही तोंडात घेणार नाही.'

रतनीच्या डोळ्यात निखारे फुलले होते. क्रोधाने सारे अंग नि अंग थरथरत होते. मूठ गच्च आवळून तो पुन्हा गरजला, "माँ, सिंहाचा छावा जन्मताच पंजाला तीक्ष्ण नख्या घेऊन जन्माला येत असतो. लढाईची भीती कुणाला? भ्याडाला, पुळचटला. माँ. आण त्या पडशा. मीही पराक्रम करतो. रमौलाचे घराणे गाजवतो. कालू पहिलवानाची सगळी सेना बरबाद करतो."

रतनी रमौल उठला. नदीकाठी गेला. पडशा भरून गोटे घेतले. तोही एका झाडावर जाऊन बसला. खाली बुबूचा देह छिन्नभिन्न होऊन पडला होता. रतनी रमौलने खालचा ओठ करकचून चावला. गोट्यांचा वर्षाव सुरू केला. कालूचा एकेक सैनिक आडवा होऊ लागला. बघता-बघता काळूचे पाऊण हिस्सा सैनिक निकामी बनले. हाहा:कार माजला.

पहाडासारखा कालू पहिलवान फुसकारतच राहुटीच्या बाहेर आला. जळत्या नजरेने झाडाकडे पाहिले. छोटा रमौल वीर गोट्यांचा वर्षाव

करतोय! शत्रूचा एकेक सैनिक जायबंदी करतोय!

कालूने आपले धनुष्य खेचले, बाण सोडला. क्षणभरातच रमौल वंशवेलीवरचे उमलते फूल खालच्या धुळीत चोळामोळा होऊन पडले.

पण रतनी रमौलचे प्राणपाखरू शरीराच्या कुडीतून बाहेर आले. पंख पसरून भुर्रकन उडाले. वाऱ्यासारखे उडून गेले.

'कफूऽऽ कफूऽऽ कफूऽऽ

दाही दिशात आवाज उठला!

रतनी कफू साऱ्या जंगलभर घिरट्या घालीत होता. पित्याचा शोध घेत होता. हाक देत होता -

'कफूऽऽ कफूऽऽ कफूऽऽ...''

कित्येक दिवस गेले.

कफू जंगलामागून जंगल धुंडाळीत भिरभिरत होता.

भटकता भटकता कफू एका जंगलात गेला. तिथं त्याला विदूसिदू रमौल दिसले. एका झाडाखाली दोघेही भाऊ काळजी करीत बसले होते.

विदू म्हणाला, 'भैया, डावा डोळा फडफडतोय फार दिवसांपासून. घरी काय अनिष्ट वाढून ठेवलंय, कुणास ठाऊक?''

हे ऐकताच फांदीवरचा कफू म्हणाला, 'गागूँ रमौल - माझे बूबू- कालू पहिलवानाशी लढता लढता मरण पावले. रतनी बच्चाही मारला गेला. कालू वैरी आता रतनीच्या आईला आपली पट्टराणी करण्याच्या विचारात आहे. तिच्यावर जुलूम करीत आहे.'

विदू म्हणाला, 'कफू, तुझा आवाज ओळखीचा वाटतोय. माझ्या रतनीसारखा वाटतोय. खरं सांग, तू कोण आहेस?'

'मीच रतनी रमौल आहे, पिताजी.' कफू फांदवरून उडाला आणि विदूच्या खांद्यावर येऊन बसला. विदूने त्याला छातीशी धरीत म्हटले,

'जर तू रतनी रमौल असशील, तर सांबराच्या शिंगाच्या टोकावर जाऊन बसशील.'

विदूच्या सांबराची शिंगे फारच धारदार होती. त्या शिंगांनी ते सांबर वाघाचेही पोट फाडायचे! अशा धारदार शिंगांना फक्त रमौल वंशाचे रक्त ज्याच्या शरीरात वाहत आहे, तोच स्पर्श करू शकत होता.

कफू चटकन उडाला आणि पटकन सांबराच्या शिंगावर जाऊन

बसला.

विदूची खात्री पटली. त्याने कफूला वात्सल्याने छातीशी धरले.

मग विदू-सिदूने मंत्र-तंत्र केले. अमृत शिंपडले. तसा कफूचा रतनी रमौल समोर उभा ठाकला!

नंतर तिघेही कालू पहिलवानाचा दाणापाणी कायमचा बंद करण्यासाठी निघाले.

गाव जवळ आले. तसा सिदू म्हणाला.

'भैय्या, आपल्याला बघताच कालू मायदेशला पसार होईल. त्याकरता आपण वेश पालटून जाऊ या!'

'ठीक आहे!'

त्यांनी साधूंचे वेष धारण केले. हातात कंमडलू घेतले. घरापुढे येऊन उभे राहिले.

'माई, भिक्षा!'

विदूची बायको पुढे आली विदूनं खुणेनं पोळी मागितली. ती शहाणी बाई उमगली. तिनं पोळी आणून वाढली. कालू वर पहारा देत बसलाच होता. म्हणाला,

'तांदूळ वाढायचे सोडून पोळी कसली दिलीस?'

'विद्येची तान आहे, तीच दिली.' विदूची बायको म्हणाली.

पोळी हातात पडल्यावर विदू म्हणाला, 'कालू पहिलवान, तू तुझ्या हातानं भिक्षा वाढलीस, तर रमौलप्रिया तुझी दासी होईल.' हे ऐकताच कालू वरतून खाली आला. म्हणाला, 'साधू महाराज, तुम्ही माझ्या मनातली गोष्ट जागलीत. सांगा, कसली भिक्षा देऊ?'

'वचन दे.'

'हे दिले. शब्दाला जागणार. दिले वचन खरे करणार. जो वचन टाळेल, तो नरकात पडेल. मागा, महाराज.'

'मागू?'

'हां.'

'अरे, दुसरं काय मागणार? मी तुझा शत्रू. विदू रमौल. चल, माझ्याशी कुस्ती खेळ.'

'अरे, चांडाळा! हरकत नाही. मग रमौलप्रियेला विधवा करूनच

तिला माझी दासी बनवीन!'

कालू आणि विदू रमौलची कुस्ती जंपली, विदूने मोठ्या हिकमतीने कालूला लोळवले. ज्या हाताने रतनीवर बाण सोडला, ज्या हाताने गागूँवर भाला फेकला आणि ज्या हाताने रमौलप्रियेची ओढणी हिसकली होती, तो कालूचा हात विदूने खसकन् उपसून बाजूला टाकला. त्याचे पापी डोळे फोडून टाकले.

कालू वैऱ्याची अखेर झाली. रमौल बंधू सुखाने राहू लागले. गोष्ट संपली, साखर वाटली.

चैत्र-वैशाखाचे दिवस आले, म्हणजे 'कफूऽकफूऽऽजची ललकार घुमते. कफूची गोष्ट कुमाऊँना आठवते.

★★★

८. विकासोन्मुख उत्तराखंड

उत्तराखंड राज्य विकासाच्या दृष्टीने सर्वात अधिक वेगाने प्रगती करणारे राज्य मानले जाते. २००५ पासून २०१२ च्या कालावधीत या राज्याचे एकूण एतद्देशीय उत्पादन २४, ७८६ कोटींवरून ६०, ८९८ कोटींवर गेले. दरडोई उत्पन्नाच्या बाबतीतही उत्तराखंड राष्ट्रीय सरासरी (२०१२ साली रु. ६०६०३) पेक्षा अधिक म्हणजे रु. ८२, १९३ वर आहे.

भारतीय रिझर्व्ह बँकेच्या अहवालानुसार एप्रिल २००० ते ऑक्टोबर २००९ या कालावधीतील या राज्यातील परदेशी गुंतवणूक ४.६७ कोटी अमेरिकन डॉलर्स आहे.

या राज्यात शेती हे प्रमुख व्यवसाय आहे. बासमती तांदूळ, गहू सोयाबीन, कडधान्ये, डाळी आणि तेली बियांचे उत्पादन राज्यात प्रामुख्याने केले जाते. सफरचंद, संत्री, पीच, पेअर, लिची आणि प्लम अशा फळांची लागवडपण केली जाते. डोंगराळ जमिनीमुळे शेतीचे उत्पादन मर्यादित आहे, तरीही कृषीउत्पादनांच्या निर्यातीसाठी विशेष झोन निर्माण करून त्यामार्फत बासमती तांदूळ, लिची, औषधी वनस्पती व बागयती फळांच्या निर्यातीला प्रोत्साहन दिले जाते आहे. अन्य व्यवसायात पर्यटन आणि जलविद्युत उल्लेखनीय आहेत. राज्यात हरिद्वार, पंतनगर आणि सितारगंज येथे तीन इंटिग्रेटेड औद्योगिक वसाहती प्रस्थापित करण्यात आल्या आहेत. त्याशिवाय सालेकी येथे फार्म सिटा, सहस्त्रधार (देहरादून) येथे आयटी पार्क, आणि सिग्गाडी (कोटद्वार) येथे विकास केंद्र सुरू करण्यात आले आहे. खाजगी व सरकारी संयुक्त भागीदारी धोरणावर २० नवीन

आयआयटी, रुडकी

औद्योगिक सेक्टरही २००६ सालापासून सुरू केले आहेत.

उत्तराखंड हा डोंगराळ प्रदेश असल्यामुळे वाहतुकीच्या साधनांचा प्रश्न फार गंभीर आहे. रस्ते किंवा रेलवे मार्ग यांच्या अपुऱ्या व्यवस्थेमुळे विकासाच्या कामांना हवा तसा वेग येत नाही. तसेच दरवर्षी हिवाळ्यात बऱ्याच ठिकाणची वाहतूक मंदावते. राज्य परिवहन निगमाच्या जवळपास १००० गाड्या प्रवाशांच्या सोयीसाठी उपलब्ध आहेत. खाजगी क्षेत्रात ३००० बसेस धावतात. हवाई वाहतुकीच्या बाबतीत देहरादूनचा जॉली ग्रँट एयरपोर्ट हा प्रमुख विमानतळ आहे. त्याव्यतिरिक्त पंतनगर येथे एक विमानतळ आहे. त्याशिवाय हेमकुंड साहिब व घांघरिया येथे हेलिपॅडची व्यवस्था आहे.

रेल्वे वाहतुकीच्या दृष्टीनेही येथील उंचसखल भूप्रदेशामुळे राज्यात केवळ ३४५ किमी लांबीचा रेल्वेमार्ग आहे. कुमाउँ भागात काठगोदाम हे नैनितालपासून ३५ किमी अंतरावरील उत्तर पूर्व रेल्वेचे अंतिम स्थानक आहे. अन्य स्थानके लालकौन आणि हल्दवानी अशी आहेत. देहरादून हे उत्तर रेल्वेचे अंतिम स्थानक आहे. या मार्गवर हरिद्वार हे एक प्रमुख जंक्शन आहे. रेल्वेमार्गाने उत्तराखंड भारतातील सखल प्रदेशाशी जोडला गेला आहे.

उत्तराखंड ३० सप्टेंबर २०१० पर्यंत १५३३१ प्राथमिक शाळांमध्ये १०४०१३९ विद्यार्थी शिक्षण घेत होते आणि २२, ११८ शिक्षक

कार्यरत होते. शाळांमधील शिक्षणाचे माध्यम इंग्रजी किंवा हिंदी आहे. सरकारी व खाजगी अशा दोन्ही प्रकारच्या शाळा आहेत व त्यांचा अभ्यासक्रम उत्तराखंड राज्याच्या शिक्षण विक्षागाने ठरविल्यानुसार असतो किंवा काही शाळा सीबीएसई किंवा सीआयएससीई यांच्याशी संलग्न असतात. उत्तराखंडात युनिव्हर्सिटी व पदवी शिक्षणासाठीची कॉलेजपण मोठ्या संख्येने आहेत.

राज्यात विद्युतनिर्मितीची एकंदर क्षमता २५५६ मेगावॅट असून त्यापैकी ३५० मेगावॅट औष्णिक, २२ मेगावॅट आण्विक, १९९८ मेगावॅट जलविद्युत तर १८६ मेगावॅट अपारंपारिक स्त्रोतातून मिळणारी वीज आहे.

उत्तराखंड हे प्राचीन काळापासून शिक्षणाचे केंद्र म्हणून सुप्रसिद्ध आहे. गुरू द्रोणाचार्यांनी कौरव व पांडवांना हिमालयाच्या पायथ्याशीच शस्त्रास्त्रविद्येचे शिक्षण दिले होते असे मानले जाते. यामुळेच कदाचित देहरादूनचे दुसरे नाव द्रोण नगरी असे पडले असावे. भारतातील सर्वोत्कृष्ट दर्जाच्या शैक्षणिक संस्था व विद्यालये उत्तराखंडात सापडतात. एफआरआय, आयआयटी रूडकी, आयआयएम काशीपूर, वाडिया इंस्टिट्यूट ऑफ हिमालयन जिऑलॉजी, इंडियन इंस्टिट्यूट ऑफ पेट्रोलियम, सर्व्हे ऑफ इंडिया, एलबीएस नॅशनल ॲकेडमी ऑफ ॲडमिनिस्ट्रेशन, इंडियन मिलिटरी ॲकेडमी, वाइल्डलाइफ इंस्टिट्यूट ऑफ इंडिया, इंडियन इंस्टिट्यूट ऑफ रीमोट सेन्सिंग, डून स्कूल, शेरवूड कॉलेज, राष्ट्रीय मिलिटरी कॉलेज, नेहरू इंस्टिट्यूट ऑफ माऊंटनीयरिंग ही काही नावे उदाहरणासाठी

डून युनिव्हर्सिटी देहराडून

पुरेशी आहेत.

ताज्या जनगणनेनुसार या राज्यातील साक्षरतेचे प्रमाण ७९.६३ टक्के (पुरुष ८८.३३ व महिला ७०.७०) असून देशात हे राज्य अकराव्या क्रमांकावर येते.

काही प्रमुख युनिव्हर्सिटीज अशा आहेत.

१. डून युनिव्हर्सिटी, देहराडून

२. जी. बी. पंत युनिव्हर्सिटी ऑफ ॲग्रिकल्चर अँड टेक्नॉलॉजी पंतनगर

३. आयआयएम काशीपूर, काशीपूर

४. आयआयटी रूडकी.

५. संस्कृत युनिव्हर्सिटी, हरद्वार

६. युनिसन स्कूल ऑफ लॉ, देहराडून एचएनबी गढवाल युनिव्हर्सिटीशी संलग्न

७. युनिव्हर्सिटी ऑफ पेट्रोलियम अँड एनर्जी स्टडीज, देहराडून

★★★

www.ingramcontent.com/pod-product-compliance
Lightning Source LLC
LaVergne TN
LVHW090006230825
819400LV00031B/580